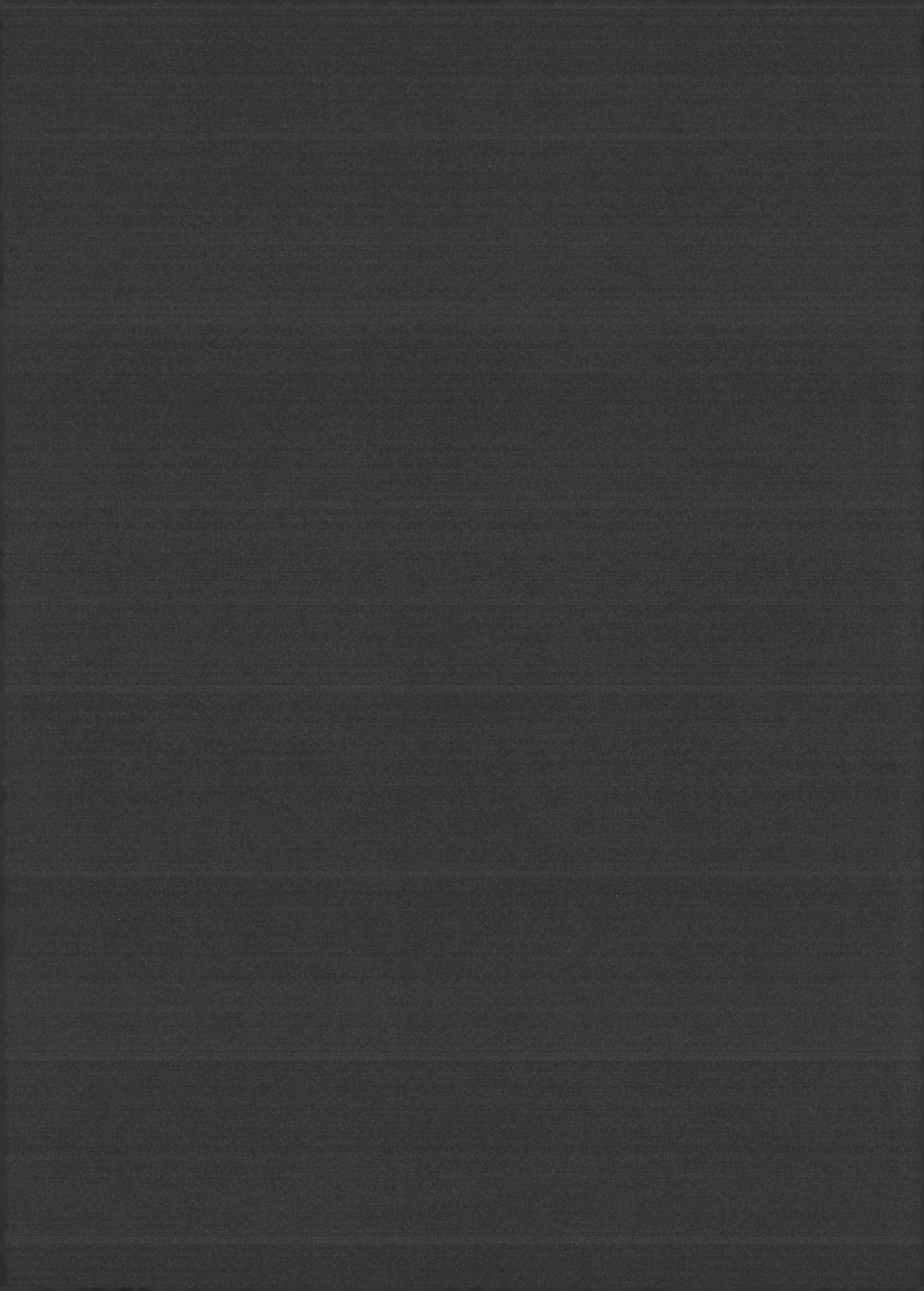

신개념

바로 써먹는
베트남어

신개념	
바로 써먹는 베트남어	

저자	Đỗ Thị Thu
4판1쇄	2018년 7월 1일 개정판
발행처	㈜링크앤런
주소	경기도 용인시 기흥구 강남로 9
전화	070-4079-7229
팩스	02-6008-1856
홈페이지	www.e-linklearn.com
Cafe	cafe.naver.com/vietnamlanguage
Email	iloveyou@linklearn.co.kr
디자인	스튜디오 merrybo
값	18,000원
ISBN	979-11-952816-0-2

Copyright ⓒ 2014 Link&learn

이 책의 저작권은 저자에게 있습니다.
서면에 의한 저자의 허락 없이 내용의 일부를 인용하거나 발췌하는 것을 금합니다.

신개념

바로 써먹는
베트남어

저자 **Đỗ Thị Thu**

머리말

'신개념 바로 써먹는 베트남어 - 입문편'은 한국인에게 베트남어를 다년간 직접 가르친 원어민 강사의 노하우와 경험을 집약하여 기획 및 집필된 교재입니다. 즉 단순히 베트남어를 가르치는 책이 아닌 학습자들이 어떤 것이 필요한지, 어떤 교수법이 그들에게 가장 와 닿는지를 직접 느끼고 집필하였습니다.

'신개념 바로 써먹는 베트남어 - 입문편'은 단기간에 베트남어를 익히고자 하는 학습자를 대상으로 하였기 때문에 기초적인 내용을 다루는 동시에 실제 베트남사람들이 사용하는 실용성에 많은 비중을 두고 집필되었습니다.

1. 일상생활에 직접적으로 연관되는 화제를 중심으로 본문을 구성.
2. 회화 속에서 문법을 이끌어 냄으로써 다양한 예문을 통해 자연스럽게 이해.
3. 기존 교재에서 찾기 힘든 '문법 익히기'를 통해 바로 문법 적용 연습 가능.
4. 주제별 관련 어휘와 표현을 넓혀 풍부한 내용 제공.
5. 과마다 총 복습에 도움을 주면서 외국어 학습의 모든 기능을 포괄하는
   듣기·말하기·읽기·쓰기 연습문제 따로 마련.

'신개념 바로 써먹는 베트남어 - 입문편'는 베트남어 교재들과 달리 딱딱하고 교과적인 문장·표현을 과감하게 버리고 실제 베트남사람이 사용하는 생생한 베트남어로 구성하였습니다. 구성은 모두 '회화 - 주제별 어휘 - 문법 - 문법 익히기 - 듣기 연습 - 말하기 연습 - 읽고 쓰기연습 - 발음연습'으로 구성되어 외국어 학습의 모든 기능을 다루고자 합니다.

또한, 베트남 발음은 한글로 표시할 수 없는 발음들이 많기 때문에 과감하게 한글 발음 표기를 없앰으로서 정확한 발음 학습법을 익히도록 했습니다.

마지막으로 '신개념 바로 써먹는 베트남어 - 입문편'은 발간 전 수많은 수업에서 교재로 사용되면서 계속 수정해 나간 과정을 걸쳐 실제 검증된 결과물입니다. 교재 설계·수정에 있어 도움 을 주신 모든 분께 감사 말씀을 드리며 베트남어 학습자에게 보다 좋은 자료가 되기를 바랍니다.

2014년 어느 봄날
저자 Đỗ Thị Thu

교재활용법-순서대로 학습하면, 효과 UP

① **어휘** : 문법 학습 전 관련 단어를 먼저 공부하세요.
② **문법** : 중요 문법과 관련 예문을 공부하세요.
③ **문법 익히기** : 간단한 작문을 통해 문법을 완벽히 익히세요.
④ **표현 넓히기** : 베트남 사람들이 실생활에서 자주 쓰는 표현입니다.
⑤ **듣기 연습** : 음성파일을 활용하여 앞에서 학습한 내용을 듣고 익히세요.

교재구성

본문 (회화)
단원의 주제에 맞는 회화.
'문법'과 '문법 익히기' 익힌 후 확인 요망

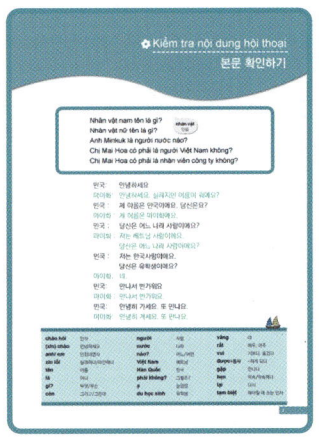

새단어
본문 대화문에 포함된 새 어휘와 표현

어휘
단원의 주제에 맞는 어휘와 표현

문법
단원의 학습 문법 설명과
문법에 대한 예문

문법 익히기
단원의 학습 문법에 대한 연습
문제를 통해 문법 익히기

⑥ **말하기 연습** : 학습한 어휘와 문법을 활용해 주어진 주제로 말하기 연습합니다.
⑦ **읽고 쓰기 연습** : 주요 단원 내용이 담긴 지문을 읽고 질문에 답해 보세요.
⑧ **발음연습** : 단원의 어휘중 특별히 어려운 발음만 따로 모았습니다.
⑨ **회화** : 지금까지 학습한 내용을 총정리한 회화 입니다.
　　　　　새단어를 활용하여 회화를 해석하고 주어진 질문에 답하세요.

④

표현 넓히기
주제와 관련된 표현을 확장할 수 있도록
다양한 표현 및 정보 제공

⑤

듣기연습
단원의 주제와 관련 내용으로 듣기 문제

⑥

말하기 연습
단원의 주제에 관련 문법을 활용해
말하기 연습

⑦
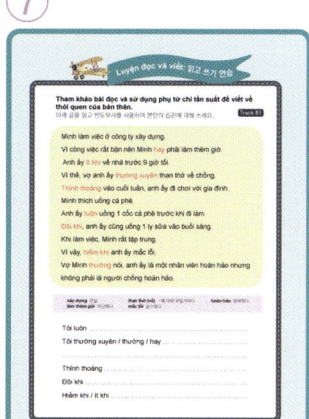
읽고 쓰기 연습
주제와 문법에 맞는 글을 읽고
질문에 답을 쓰거나 주제별 글 쓰기 연습

⑧
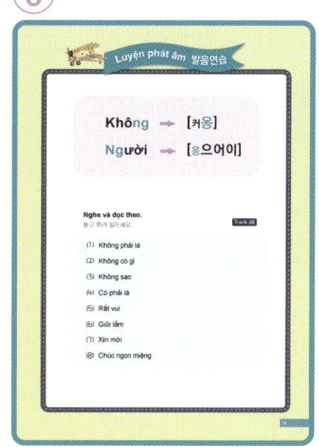
발음 연습
특히 어려운 발음을모여 발음 교정하기

목 차

머리말
교재 구성
등장인물 소개
발음

Bài 1. Chào hỏi
인사 19
인사법과 자기소개; 인칭대명사1;
'là' '이다' 동사문장; 의문사 'gì' '무엇'

Bài 2. Dạo này, em có khỏe không?
요즘 잘 지내요? 35
안부 묻는 방법; '…có…không?' 의문구문
형용사문장구성; 의문사 'thế nào' '어떻게'

Bài 3. Tôi học tiếng Hàn ở trường đại học.
대학교에서 한국어를 배웁니다. 51
인칭대명사2; 동사 및 동사문장, 조사 'à'
의문사 'đâu', 'ở đâu' '어디'와 '어디서'
조사 'nhé', 'nhỉ'

Bài 4. Nhà này có mấy phòng?
이 집이 방 몇 개 있어요? 71
정중한 요청 구문: 'mời' + 동사; 종별사
지시형용사 'này', 'kia', 'đó': '이', '저', '그',
숫자; 의문사 'mấy', 'bao nhiêu' '몇', '얼마'; 의문사 'ai' '누구'

Bài 5. Kỳ nghỉ này, em có kế hoạch gì không?
이번 방학에 뭐 할 계획이에요? 89
'có' + danh từ + 'không' '~이/가 있어요'?
의문사 'Bao giờ' / 'Khi nào' '언제'; 날짜; 'đã', 'đang', 'sẽ', 'định' 시제
'muốn' + động từ '~ 하고 싶다' 구문

Bài 6. Anh thường đi làm về lúc mấy giờ?
보통 몇시에 퇴근해요? 107
수량부사 'mọi~': '모든 ~'
의문사 'sao, vì sao, tại sao' 왜; 원인 - 결과 접속사
하루 시간, 하루 일과

Bài 7. Tôi học tiếng Việt để đi du lịch Việt Nam.
베트남여행 가려고 베트남어를 배웁니다. 123
'có thể', 'không thể' '할 수 있다', '할 수 없다; 목적을 나타내는 표현 'để'
접속사 'hay', 'hoặc' '또는', '혹은'; 전치사 'với', 'cùng', 'cùng với' '와 함께'

Bài 8. Em có biết đi xe máy không?
오토바이를 탈 줄 알아요? 139
'đã'~ 'chưa' 현재완성, 'đã' ~ 'bao giờ chưa' ~한 적이 있어요?
~라고 들었다; ~ 알다; 의문사 + 'cũng'; 명령문

Bài 9. Cho một phở xào và một cơm chiên hải sản.
쌀국수 볶음 하나, 해산물 볶음밥 하나 주세요. 155
'cho' (누구) + 동사
식당에서 자주 쓰는 표현; 음식관련 표현
수단, 방법, 소재를 나타내는 부사 'bằng'

Bài 10. Cái này bao nhiêu tiền?
이것이 얼마예요? 169
가격 묻기; 의상, 색깔; 비교법

Bài 11. Anh làm ơn cho hỏi, nhà hát lớn ở đâu ạ?
오페라하우스 어디에 있는지 여쭤봐도 될까요? 187
길 묻는 방법; 방향, 위치
'bao lâu', 'bao xa': 기간, 거리에 관한 질문
phải' + động từ: ~해야 한다

Bài 12. Dạo này, thời tiết Việt Nam thế nào?
요즘, 베트남 날씨가 어때요? 205
날씨; 빈도부사; ~ 하는 것이 낫다
'giống nhau', 'khác nhau' 서로 같다, 서로 다르다
'khi' + động từ, 'trước khi'/ 'sau khi' ~ 할 때, ~하기 전에 / ~한 후에

등장인물소개

Mai Hoa

베트남인/26세/유학생
성격이 밝고 사교적이며 공부를 좋아함

민국

한국인/27세/미디어강사
사진찍기가 취미, 착하고 감수성이 풍부함

Yuko

마이화의 친구
일본인/28세/회사원
꼼꼼하고 예의바름

양양

마이화의 친구
중국인/28세/유학생
친절하고 책임감이 강함

Nick

민국의 친구
미국인/30세/회사원
시원시원하고 솔직함

발음

베트남어의 기본적인 알파벳과 성조를 익히는 코너입니다.

Bảng chữ cái
베트남어 문자

Bảng chữ cái tiếng Việt có tất cả 29 chữ cái đơn, trong đó nguyên âm đơn là 12, phụ âm đơn là 17.
베트남어는 29개 기본 문자가 있습니다. 그 중에 단모음은 12개, 단자음은 17개입니다.

1. 29 chữ cái cơ bản
베트남어 29개 기본 문자

Track 0-1

Chữ cái 알파벳	명칭	독법	음가	Chữ cái 알파벳	명칭	독법	음가
A a	아	아	아	N n	엔너	너	ㄴ
Ă ă	아	아	아	O o	오	오+아	오+아
Â â	어	어	어	Ô ô	오	오	오
B b	베	버	ㅂ	Ơ ơ	어	어	어
C c	쎄	꺼	ㄲ	P p	뻬	뻐	ㅃ
D d	제	저	Z	Q q	뀌	뀌	ㄲ
Đ đ	데	더	ㄷ	R r	에 러	저	Z
E e	애	애	애	S s	엣 씨	써	ㅆ
Ê ê	에	에	에	T t	떼	떠	ㄸ
G g	제	거	ㄱ	U u	우	우	우
H h	핫	허	ㅎ	Ư ư	으	으	으
I i	이응안	이	이	V v	베	버	V
K k	까	까	ㄲ	X x	익 씨	써	ㅆ
L l	에 러	러	ㄹ	Y y	이 자이	이	이
M m	엠머	머	ㅁ				

> 긴 지형을 가지는 베트남은 북부·중부·남부 각 지방마다 어휘, 발음의 차이가 있습니다.
> 따라서, 이 교재는 베트남 '하노이' '호치민' 음성파일을 각각 제공합니다.

2. 12 nguyên âm đơn
12개 단모음

	Chữ cái 알파벳	Phát âm 음가/발음	Ví dụ 예
1	A a	아	an [안], ha [하]
2	Ă ă	아́ (단어에 들어가면 짧고 강한 '아'발음)	ăn [안], ăn năn [안난]
3	Â â	어́ (단어에 들어가면 짧고 강한 '어'발음)	ân [언], cân [껀]
4	E e	애 (음성이 얇고, 입모양이 양쪽으로)	em [앰], mẹ [매]
5	Ê ê	에 (음성이 두껍고 입모양이 위아래로 벌어진다)	êm [엠], đêm [뎀]
6	O o	'오'와 '아'의 중간발음 (목으로 발성, 입모양이 둥그렇게)	on [온], con [꼰]
7	Ô ô	오	ôn [온], môn [몬]
8	Ơ ơ	어 (단어에 들어가면 긴 '어'발음; 3번과 구별)	ơn [언], hơn [헌]
9	I i	이 (다른 모음 뒤에 위치할 때 약한 '이'발음)	ai [아이], hai [하이]
10	Y y	이 (다른 모음 뒤에 위치할 때 강한 '이'발음)	ay [아이], hay [하이]
11	U u	우	un [운], mù [무]
12	Ư ư	으	ưn [은], tư [뜨]

베트남어 발성 특징 중 하나는 한 음절(글자)를 읽을 때 하나의 음성만 나와야 하는 것입니다. 따라서, 베트남어 하나의 글자를 한글로 2개나 3개의 음성으로 표시하더라도 빨리 읽어서 한 음성처럼 나오게 해야 합니다.

3. Nguyên âm kép
이중 모음, 삼중 모음

Nguyên âm kép là nguyên âm bao gồm từ 2 nguyên âm đơn trở lên kết hợp với nhau. Cách phát âm của nguyên âm kép giống với cách kết hợp của nguyên âm kép trong tiếng Hàn nhưng cần đọc nhanh để phát ra một âm tiết.
이중 모음은 2개의 단모음, 삼중 모음은 3개의 단모음이 결합하여 구성된 복모음입니다.
이중 모음 및 삼중 모음의 발음은 한국말의 모음결합 규칙과 같지만 실제로 발음할 때 한 음절처럼 이어서 발음해야 합니다.

ai	[아이]	hai	[하이]
ay	[아이]	hay	[하이]
ao	[아오]	cao	[까오]
ui	[우이]	mui	[무이]
uy	[우이]	tuy	[뚜이]
oe	[오애]	toe	[또애]
eo	[애오]	meo	[매오]
ơi	[어이]	nơi	[너이]
oai	[오아이]	khoai	[코아이]
iêu	[이에우]	tiêu	[띠에우]
yêu	[이에우]		
ươi	[으어이]	tươi	[뜨어이]
ươu	[으어우]	hươu	[흐어우]
oeo	[오애오]	ngoeo	[응오애오]

이중모음 불규칙

다음과 같은 3가지 경우에 'a'가 '어'로 발음한다.

ia	[이어]	bia	[비어]
ua	[우어]	mua	[무어]
ưa	[으어]	trưa	[쯔어]

4. 17 Phụ âm đơn
17개 단자음

	Chữ cái 알파벳	Phát âm 음가/발음	Ví dụ 예
1	B b	성대를 떨면서 발음하는 'ㅂ'	ba [바], bố [보]
2	C c	ㄲ	ca [까], cua [꾸어]
3	D d	북쪽은 'z'발음, 남쪽은 '여'	da [z아/야], dụ [z우/유]
4	Đ đ	목에 힘주며 발음하는 'ㄷ'	đa [대], đi [디]
5	G g	목구멍으로 발음하는 'ㄱ'	ga [가], gỗ [고]
6	H h	ㅎ	ha [하], hơn [헌]
7	K k	ㄲ	kim [낌], kẹo [깨오]
8	L l	ㄹ	la [라], lâu [러우]
9	M n	ㅁ	ma [마], mèo [매오]
10	N n	ㄴ	na [나], nào [나오]
11	P p	ㅃ	
12	Q q	ㄲ	
13	R r	북쪽은 'z'발음, 남쪽은 'ㄹ'	ra [z아/라], rủ [z우/루]
14	S s	ㅆ	sao [싸오], số [쏘]
15	T t	ㄸ	ta [따], tôi [또이]
16	V v	아래 입술을 살짝 깨물며 'V'발음	va [v아], vội [v오이]
17	X x	ㅆ	xa [싸], xem [쌤]

5. 11 Phụ âm kép
11개 복자음

Phụ âm kép là phụ âm bao gồm từ 2 phụ âm trở lên kết hợp lại với nhau.
복자음은 두개 이상의 단자음이 결합해 구성된 자음입니다.

	Chữ cái 알파벳	Phát âm 음가/발음	Ví dụ 예	Ghi chú 비고
1	ch	짜/ㅊ	che [째/채]	끝자음일 경우 'ch'가 '익'발음 예) sách [싸익]
2	tr		tre [째/채]	
3	gh	목구멍으로 발음하는 'ㄱ'	ghi [기]	결합할 수 있는 모음은 3개: i, e, ê
4	gi	북쪽은 'z', 남쪽은 '여'	gia [z아/야]	북쪽은 'd'& 'r'와 같다 (da = ra = gia)
5	kh	ㅋ	khô [코]	
6	ng	코 발음으로 '응'	ngư [응의]	끝자음일 경우 'ng'이 'ㅇ'발음 예) mang [망]
7	ngh		nghe [응애]	결합할 수 있는 모음은 3개: i, e, ê
8	nh	녀	nho [뇨]	a 뒤에 오면 'nh'가 '잉'발음 예) canh [까잉] a 제외한 나머지 모음 뒤에 오면 'nh'가 'ㅇ' 발음 예) bênh [벵], xinh [씽]
9	th	ㅌ	thu [투]	
10	ph	영어로 'f' 발음	phở [퍼]	
11	qu	꿔	quen [꾸앤]	

6. Thanh điệu (dấu)
성조

Trong tiếng Việt có 6 thanh điệu (6 dấu). Thanh điệu là yếu tố quyết định mức độ cao thấp, dài ngắn của ngữ điệu.
베트남어는 여섯 개의 성조를 가지고 있습니다. 성조란 음높낮이를 나타내며 성조를 다르게 말하면 전혀 다른 뜻이 되므로 정확히 발음하는 것이 중요합니다.

	Dấu 성조	Ký hiệu 기호	Cách phát âm 발음방법	Ví dụ 예
1	Không dấu	a (기호 없음)	중간음보다 조금 높은 음으로 평평하게 발음한다.	ma
2	Dấu sắc	á	중간음보다 조금 낮게 시작하여 빨리 올려준다.	má
3	Dấu huyền	à	중간음보다 낮게 시작하여 아래로 부드럽게 내린다.	mà
4	Dấu hỏi	ả	중간음보다 낮게 시작하여 아래로 내린 후 끝에 약간 올린다.	mả
5	Dấu ngã	ã	중간음보다 높게 시작하여 내렸다가 잠깐 멈춰 끝에 급격히 올린다.	mã
6	Dấu nặng	ạ	중간음보다 낮게 시작하여 목에 힘주면서 짧게 내린다.	mạ

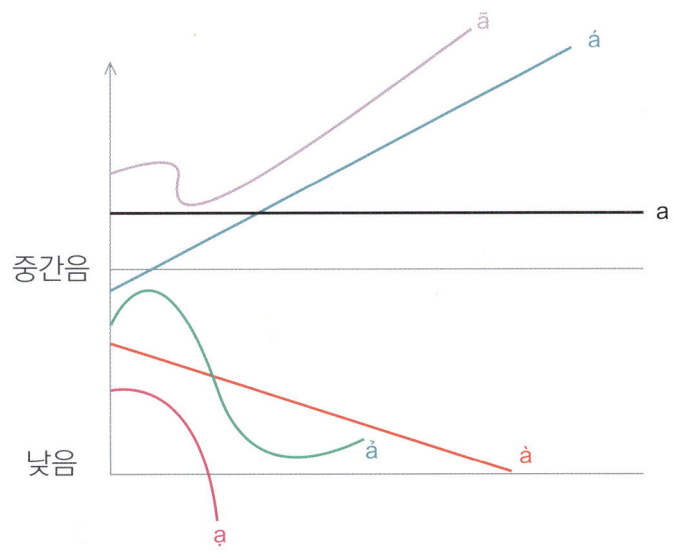

본문

실용성이 높은 회화부터 실습까지 담은 본문

UNIT 1

Bài 1. Chào hỏi
1과. 인사

Cách chào hỏi và giới thiệu bản thân 인사법과 자기소개
Đại từ nhân xưng 인칭대명사
Cấu trúc câu của động từ 'là' '이다'동사문 구조
Từ để hỏi 'gì' 의문사'무엇'

Track 1

Hội thoại

Minkuk: Chào em.
Mai Hoa: Chào anh. Xin lỗi, anh tên là gì?
Minkuk: Anh tên là Minkuk. Còn em?
Mai Hoa: Em tên là Mai Hoa.
Minkuk: Em là người nước nào?
Mai Hoa: Em là người Việt Nam.
          Anh là người nước nào ạ?
Minkuk: Anh là người Hàn Quốc.
          Em có phải là du học sinh không?
Mai Hoa: Vâng ạ.
Minkuk: Rất vui được gặp em.
Mai Hoa: Rất vui được gặp anh.
Minkuk: Chào em. Hẹn gặp lại.
Mai Hoa: Tạm biệt. Hẹn gặp lại.

Kiểm tra nội dung hội thoại
본문 확인하기

본문을 읽고 다음 질문에 답하세요

> Nhân vật nam tên là gì?
> Nhân vật nữ tên là gì?
> Anh Minkuk là người nước nào?
> Mai Hoa có phải là người Việt Nam không?
> Mai Hoa có phải là nhân viên công ty không?

nhân vật nam: 남자인물
nhân vật nữ: 여자인물

민국:	안녕하세요.
마이화:	안녕하세요. 실례지만 이름이 뭐예요?
민국:	제 이름은 민국이에요. 당신은요?
마이화:	제 이름은 마이화예요.
민국:	당신은 어느 나라 사람이에요?
마이화:	저는 베트남 사람이에요. 당신은 어느 나라 사람이에요?
민국:	저는 한국사람이에요. 당신은 유학생이에요?
마이화:	네.
민국:	만나서 반가워요
마이화:	만나서 반가워요.
민국:	안녕 동생. 또 만나요.
마이화:	안녕히 계세요. 또 만나요.

chào hỏi	인사	người	사람	vâng	네
(xin) chào	안녕하세요	nước	나라	rất	매우, 아주
anh/ em	인칭대명사	nào?	어느/어떤	vui	기쁘다, 즐겁다
xin lỗi	죄송하다/미안하다/실례하다	Việt Nam	베트남	được+동사	~하게 되다
tên	이름	Hàn Quốc	한국	gặp	만나다
là	이다	phải không?	그렇죠?	hẹn	약속/약속하다
gì?	무엇/무슨	ạ	존댓말 표현	lại	다시
còn	그리고/그런데	du học sinh	유학생	tạm biệt	헤어질 때 쓰는 인사

Ngữ pháp 1 / 문법 1

Cách chào hỏi 인사법

① **Xin chào** 안녕하세요

② **Chào + (ngôi thứ II**: 2인칭)
   Chào   anh   손위 남자 / **chị**   손위 여자
          em   손아래 남·녀
          ông   할아버지/ 나이 든 남성   **bà**   할머니 / 나이 든 여성
          bố   아버지   **mẹ**   어머니
          cô   여자 선생님, 아가씨, 고모
          chú / bác   아저씨, 삼촌, 큰 아버지 또는 그 연령에 해당하는 남성
          bạn   친구/ 동년배
          cháu   아이, 조카, 손자, 손녀

③ **Chào + (tên của đối phương** 상대방의 이름)

● **Xưng ngôi thứ nhất và dùng từ 'ạ' ở cuối câu khi muốn biểu thị sự kính trọng đối phương.**
상대방을 존경하는 표시로 본인을 가리키는 1인칭을 쓰고 문장끝에 'ạ'를 붙입니다.

예) 손자가 할아버지께 인사할 때:

● **Có vài cách chào hỏi khi chia tay.**
헤어질 때 사용하는 인사는 여러 가지 있습니다.

về 돌아가다
em về ạ (동생이) 돌아가요.
(한국어로 '저 갈게요'와 같은 표현)

Ngữ pháp 2 / 문법 2

Động từ 'là' và từ để hỏi 'gì': '이다' 동사와 '무엇' 의문사

 tôi 나

Nick: Chào chị. Tôi tên là Nick.
누나 안녕하세요. 제 이름은 닉입니다.

Xin lỗi, chị tên là gì?
실례지만, 누나 이름은 무엇이에요?

Mai Hoa: Chào anh. Tôi tên là Mai Hoa.
안녕하세요 오빠. 제 이름은 마이화에요.

Rất vui được gặp anh.
당신을 만나게 되어서 매우 기뻐요.

Rất	vui	được	gặp	anh
매우	기쁘다	되어서	만나게	당신을

A là B	Tôi là Mai Hoa	저는 마이화 입니다.
A는 B다	Tôi tên là Tom	저는 이름이 톰 입니다.
A là gì?	Anh tên là gì?	형/오빠는 이름이 무엇입니까?
A는 뭐예요?	Tên anh là gì?	형/오빠 이름은 무엇입니까?

tên 이름
là 이다
gì? 무엇, 무슨?
là gì? 무엇이냐?

● 'anh tên' và 'tên anh' đều có thể sử dụng mà không có sự khác biệt về ý nghĩa.
'anh tên' 과 'tên anh' 둘다 사용하며 의미상 차이가 없습니다.

문법익히기 Thực hành

1. Nhìn vào tranh, hoàn thành hội thoại.
그림을 보고 회화를 완성하세요.

처음 만난 사이에는, 서로의 호칭을 높여 부릅니다.

(1)

: Chào _____ Xin lỗi, _____ tên là gì?

: Chào_____
_____ tên là Yang yang. Còn _____?

: _____ tên là Nick

: Rất vui được gặp _____

'còn'은 다른 주체로 전환할 때 쓰는 접속사입니다.

(2)
　　 : Chào _____ ạ.
　　 : Chào em.
　　　 _____?
　　 : Em tên là Quân ạ.

 Ngôi thứ nhất cũng được xưng hô dựa trên quan hệ giữa người nói và người nghe. 자신의 호칭은 상대방과의 관계에 따라 다르게 호칭 합니다.

(3)
　　 : Xin chào
　　 : Chào cô.
　　　 _____?
　　 : Tôi tên là Nguyễn Mai Linh.

(4) 　 : Xin chào bà
　　　 Xin lỗi _____ ạ?
　　 : _____ Susan.

2. **Hãy hỏi tên của người khác và giới thiệu tên của bạn.**
파트너와 대화하여 서로 이름을 묻고 답하세요.

Từ vựng 1 / 어휘1

Quốc tịch
국적

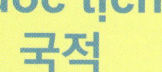

Người Việt Nam
베트남사람

Người Hàn Quốc
한국사람

Người Trung Quốc
중국사람

Người Mỹ
미국사람

Người Nhật (Bản)
일본사람

Người Pháp
프랑스사람

Người Anh
영국사람

★ Quốc tịch của bạn là _____
　 당신의 국적은 _____

Ngữ pháp 3 / 문법 3

Hỏi quốc tịch: 'người nước nào?'
국적 묻기: '어느 나라 사람?'

Mai Hoa: Anh là **người nước nào** ạ?
오빠는 어느 나라 사람이에요?

Minkuk: Tôi là người Hàn Quốc.
저는 한국사람입니다.

người	nước	nào
사람	나라	어느

● Lưu ý: trật tự từ trong cụm danh từ 'người nước nào' ngược hoàn toàn so với trật tự từ trong tiếng Hàn.
주의: '어느 나라 사람'이라는 명사구의 어순이 베트남어에는 '사람 나라 어느'로 되어 있어 한국어와 정반대입니다.

 Thực hành

1. Hãy hỏi và trả lời về quốc tịch của các nhân vật như mẫu cho sẵn
〈보기〉와 같이 주어진 정보를 활용하여 아래 인물들의 국적을 묻고 답하세요.

〈보기〉

A: Anh Minkuk là người nước nào?
민국씨는 어느 나라 사람입니까?

B: Anh Minkuk là người Hàn Quốc.
민국씨는 한국사람입니다.

Minkuk / người Hàn Quốc

(1)  Mai Hoa / người Việt Nam

(2)  Yuko / người Nhật

(3)  Nick / người Mỹ

(4)  Jack / người Anh

2. Các bạn hãy hỏi quốc tịch của nhau.
여러분의 국적을 서로 물어보세요.

Từ vựng 2 / 어휘 2
Nghề (nghiệp) 직업

 Track 03

 giáo viên

 học sinh, sinh viên

 bác sĩ

 thợ chụp ảnh / nhiếp ảnh gia

 nội trợ

 nhân viên công ty

 doanh nhân

 cảnh sát

 giảng viên

 luật sư

★ Nghề (nghiệp) của bạn là _____
당신의 직업은 _____

교사, 학생/대학생, 의사, 사진작가, 주부, 회사원, 사업가, 경찰, 강사, 변호사

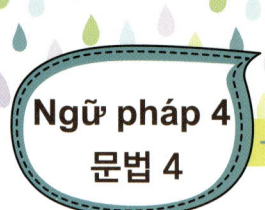

Cấu trúc câu có động từ 'là'
'이다' 동사문

 긍정문 ~이다

A là B
A는 B다
Tôi là giáo viên
저는 교사입니다.

 부정문 ~아니다

A không phải là B
A는 B가 아니다
Tôi không phải là giáo viên.
저는 교사가 아닙니다.

의문문 ?

A có phải là B không?
A는 B입니까?
Anh có phải là giáo viên không?
당신은 교사입니까?

dạ / vâng은 존댓말 표현 (네/예)
phải 은 일반대답

대답
Yes: Dạ / Vâng / Phải
No: Không / Không phải

문법 익히기   Thực hành

1. Hỏi và trả lời theo mẫu cho sẵn
〈보기〉와 같이 쓰세요.

〈보기〉

A: Nick có phải là doanh nhân không?
닉은 사업가입니까?

B: Không. Nick không phải là doanh nhân.
아닙니다. 닉은 사업가 아닙니다.

Nick là nhân viên công ty.
닉은 회사원입니다.

Nick, nhân viên công ty

(1)

A: Sangmin có phải là bác sĩ không?
상민은 의사입니까?

B: ....
....

Sangmin, Bác sĩ

(2)

Jack,
thợ chụp ảnh

A: Jack có phải là nhân viên công ty không?
잭은 회사원입니까?

B: ....
....

(3)

Yuko,
nội trợ

A: Yuko có phải là nội trợ không?
유코는 주부입니까?

B: ....
....

(4)

Yang yang,
học sinh

A: Yangyang có phải là giảng viên không?
양양은 강사입니까?

B: ....
....

2. **Sử dụng câu hỏi '… có phải là …không?' để hỏi các thông tin của đối phương.**
〈보기〉와 같이 **'… có phải là …không?"** 의문문을 사용해 파트너의 정보를 물어보세요.

〈보기〉

A: Chào anh.
오빠 안녕하세요.

Xin lỗi. Anh tên là gì?
실례지만, 오빠 이름은 뭐예요?

B: Anh tên là Minwoo. Còn em?
오빠 이름은 민우예요. 당신은요?

A: Em tên là Minjung. Anh có phải là bác sĩ không?
제 이름은 민정이에요. 오빠는 의사예요?

B: Anh không phải là bác sĩ. Anh là sinh viên.
오빠는 의사가 아니에요. 오빠는 대학생이에요.

A: Tạm biệt.
안녕히계세요.

Luyện nghe 듣기연습

Track 04

1. **Nghe hội thoại, đánh dấu 'O' vào câu đúng và 'X' vào câu sai.**
   대화를 듣고 맞으면 'O', 틀리면 'X'하세요.

mới
새로운

(1) Nga là sinh viên mới
(2) Nga là giảng viên

2. **Nghe và liên kết các thông tin đúng với nhau.**
   듣고 맞는 것을 연결하세요.

Track 05

Jane ·  · Việt Nam

Yến ·  · Hàn Quốc

Mac ·  · Pháp

Yoon ·  · Anh

John ·  · Mỹ

Luyện nói 말하기 연습

1. **Hãy tự giới thiệu về mình. (tên, quốc tịch, nghề nghiệp)**
자기소개를 하세요. (이름, 국적, 직업)

....
....
....
....
....

2. **Hãy chào hỏi các học viên khác.**
다른 학습자와 인사하세요.

A	Chào _____ Xin lỗi, _____ tên là gì?
B	Chào _____ Tôi tên là_____ _____ là người nước nào?
A	Tôi là người_____ Còn _____?
B	Tôi là người _____ _____ có phải là _____không?
A	Không. Tôi không phải là_____ Tôi là _____
B	Tôi là _____ Rất vui được gặp _____
A	Rất vui được gặp _____

Mở rộng   표현 넓히기

Cám ơn
감사합니다

Không có gì
천만에요

Không sao
괜찮습니다

Xin lỗi
죄송합니다 / 미안합니다

Chào anh.
오빠 안녕
Hẹn gặp lại
또 만나요

Chào em
동생 안녕
Hẹn gặp lại
또 만나요

Em cám ơn cô ạ
학생이 선생님께 감사합니다

Giỏi lắm
참 잘했어요

Xin mời
드십시오

Chúc ngon miệng
맛있게 드세요

Luyện phát âm 발음연습

Khô**ng** ➡ [커옹]

Ngườ**i** ➡ [응으어이]

Nghe và đọc theo.
듣고 따라 읽으세요.

(1) Không phải là

(2) Không có gì

(3) Không sao

(4) Có phải là

(5) Rất vui

(6) Giỏi lắm

(7) Xin mời

(8) Chúc ngon miệng

1과 문법익히기 답안

Ngữ pháp 2.
문법 2.

01

(1)
Nick: Chào chị. Xin lỗi, chị tên là gì?
Yangyang: Chào anh
            Tôi tên là Yangyang. Còn anh?
Nick: Tôi tên là Nick.
Yangyang: Rất vui được gặp anh.

(2)
Học sinh: Em chào cô ạ.
Giáo viên: Chào em.
            Em tên là gì?
Học sinh: Em tên là Quân ạ.

(3)
- Xin chào.
- Chào cô.
  Cô tên là gì?
- Tôi tên là Nguyễn Mai Linh.

(4)
- Xin chào bà.
  Xin lỗi, bà tên là gì ạ?
- Tôi tên là Susan.

Ngữ pháp 3.
문법 3.

01

(1)
- Mai Hoa là người nước nào?
- Mai Hoa là người Việt Nam.

(2)
- Yuko là người nước nào?
- Yuko là người Nhật.

(3)
- Nick là người nước nào?
- Nick là người Mỹ.

(4)
- Jack là người nước nào?
- Jack là người Anh.

Ngữ pháp 4.
문법 4.

01

(1)
A: Sangmin có phải là bác sĩ không?
B: Phải. Sangmin là bác sĩ.

(2)
A: Jack có phải là nhân viên công ty không?
B: Không. Jack không phải là nhân viên công ty.
   Jack là thợ chụp ảnh.

(3)
A: Yuko có phải là nội trợ không?
B: Phải. Yuko là nội trợ.

(4)
A: Yangyang có phải là giảng viên không?
B: Không. Yangyang không phải là giảng viên.
   Yangyang là học sinh.

1. 베트남 국가 개요 🇻🇳

> 베트남 문화 엿보기

국명 베트남 사회주의 공화국 (The Socialist Republic of Vietnam)

기후 열대몬순, 남북으로 길게 늘어진 지형 특성상 북과 남의 기후 차이 큰 편
  북부: 미묘한 4계절의 변화가 있어 연말, 연초 날씨가 한국의 늦가을 날씨와 유사
  남부: 우기 5월~10월, 건기 11월~다음해 4월

면적 약 329,560 km² (하노이: 3,345 km², 호치민: 2,095 km²)

인구 약 9,000 만 명 (2013년 기준: 세계 13위)

행정구역 5개 광역시 (하노이-Hà Nội, 호치민-Hồ Chí Minh, 하이퐁-Hải Phòng, 다낭-Đà Nẵng, 껀터-Cần Thơ) 와 59개 성으로 구성 (64개 광역시와 성)

민족 낑 (Kinh)족(86%)와 소수민족 53개

종교 대부분 조상 숭배하며 일정한 종교를 따르지 않음

- 대다수 삼교(불교, 도교, 유교) 신앙적 믿음 가지고 있음
- 종교 인구: 약 19% (불교 8%, 천주교 6.62%, 화하오불교 1.67%, 개신교 1.01%, 기독교 0.86% 등)

근무 시간 관공서와 은행은 주 5일 근무(월~금), 일반 기업체는 보통 주 6일 근무(월~토)

- 관공서 7:30~16:30, 일반 기업체 08:00~17:00
- 점심시간: 11:30~13:00 또는 12:00~13:30
  점심시간 동안 대부분의 현지인들은 오침을 취함

시차 한국보다 2시간 늦음 (GMT + 7시간)

기념일&공휴일 기념일이 많으나 실제 쉴 수 있는 공휴일이 많지 않음.
  (다 합쳐도 일년에 10일 안팎)

공휴일	날짜	쉬는기간
신정	양력 1월 1일	하루
구정	음력 1월 1일	5일~10일
개천절	음력 3월 10일	하루
통일기념일	양력 4월 30일	하루
국제노동의 날	양력 5월 1일	하루
건국기념일	양력 9월 2일	하루

UNIT 2

Bài 2. Dạo này, em có khỏe không?
2과. 요즘 잘 지내요?

Cách thăm hỏi sức khỏe 안부 묻는 방법
Kết cấu nghi vấn '…có...không?' 'có...không?' 의문문 구조
Cấu trúc câu tính từ 형용사 문장구성
Từ để hỏi 'thế nào' 의문사 '어떻게'

Hội thoại

Minkuk: Chào Mai Hoa. Lâu rồi không gặp.
　　　　Em có khỏe không?
Mai Hoa: Chào anh Minkuk. Em khỏe.
　　　　Cám ơn anh.
　　　　Dạo này công việc của anh thế nào?
Minkuk: 　Công việc của anh bình thường.
　　　　Việc học của em có vất vả không?
Mai Hoa: Không vất vả lắm nhưng không thú vị.
Minkuk: 　Giáo sư có tốt không?
Mai Hoa: Dạ, thầy tốt nhưng nghiêm khắc lắm.
Minkuk: 　Thế à? Em cố lên nhé!

❋ Kiểm tra nội dung hội thoại
본문 확인하기

본문을 읽고 다음 질문에 답하세요

> Mai Hoa có khỏe không?
> Công việc của Minkuk có tốt không?
> Việc học của Mai Hoa có thú vị không?
> Giáo sư của Mai Hoa thế nào?

민국 : 마이화씨, 안녕하세요. 오랜만이에요.
　　　잘 지냈어요?
마이화 : 안녕하세요, 민국 오빠. 저는 잘 지내요.
　　　고마워요.
　　　요즘 오빠의 일은 어떠세요?
민국 : 제 일은 그냥 그래요.
　　　마이화 씨는 공부가 힘들어요?
마이화 : 별로 힘들지 않지만 재미없어요.
민국 : 교수님은 좋아요?
마이화 : 네, 선생님이 좋긴 하지만 많이 엄격하세요.
민국 : 그래요? 힘내요.

Lâu	오래	**Học**	공부하다	**Tốt**	좋다
Rồi	완료표현	**Việc học**	공부하는 일/ 공부	**Thầy**	남자선생님
Khỏe	건강하다	**Vất vả**	힘들다	**Nghiêm khắc**	엄격하다
Công việc	일, 업무	**Không ~ lắm**	별로 ~하지 않다	**Lắm**	너무, 매우
Của	의	**Nhưng**	하지만, 그런데	**Thế à?**	그래요?
Thế nào?	어떠냐?/ 어떻게?	**Thú vị**	재미있다	**Cố lên**	힘내라
Bình thường	보통, 그냥그렇다	**Giáo sư**	교수		

Thăm hỏi sức khỏe 안부묻기

Ngữ pháp 1 / 문법 1

Cấu trúc câu tính từ 형용사문장구성

긍정문

주어 + 형용사
Anh   khỏe
오빠는 건강합니다

부정문

주어 + không + 형용사
Anh   không   khỏe
오빠는 건강하지 않습니다

의문문 ?

주어 + (có) + 형용사 + không?
Anh   (có)   khỏe   không?
오빠는   건강합니까   ?

dạ / vâng은 존댓말 표현 (네/예)
có 은 일반대답 (Yes)

대답

Yes: Dạ / Vâng / Có.
No: Không.

● 질문에 'có'가 생략 가능합니다

lâu rồi 오래되었다.
không gặp 만나지 않다.
전체문장의 의미는 '오랫동안 못 만났다'
영어로 'long time no see'

Minkuk : Chào Mai Hoa. **Lâu rồi không gặp.**
마이화, 안녕.   오랜만이에요.

Dạo này, em có khỏe không?
요즘,   건강해요?

Mai Hoa: Chào anh Minkuk.
민국오빠, 안녕하세요.

Em khỏe. Cám ơn anh.
저는 건강해요. 고마워요 오빠.

Cháu: Cháu chào ông ạ.
손자 :   할아버지 안녕하세요.

Ông có khỏe không ạ?
할아버지는 건강하세요?

Hằng: Chào Loan. Khỏe không?
로완, 안녕. 건강해?

Loan: Bình thường. Còn Hằng?
그냥 그래. 항은?

편한 사이나 아랫 사람에게
말할 때 주어 생략 가능.
bình thường:
보통, 그냥 그렇다

Thực hành

1. **Nhìn vào tranh, sử dụng các từ bên dưới để hoàn thành hội thoại.**
   그림을 보고 아랫칸에 있는 단어를 활용해 회화를 완성하세요.

(1)

A: _____?
B: Tôi khỏe. Còn anh?
A: _____?

(2) A: Chào chị. Lâu rồi không gặp.
_____?
B: _____ Cám ơn anh.
_____?
A: Tôi _____

(3) A: Con chào bố mẹ ạ.
Bố mẹ _____?
B: Bố mẹ _____
Con _____?

con – bố mẹ
자식 – 부모 간의 호칭

건강 관련 몇가지 표현:
khỏe / tốt 건강하다 / 좋다
không khỏe / không tốt 건강하지 않다 / 안 좋다
bình thường 그냥 그렇다

2. **Hãy hỏi thăm sức khỏe của học viên khác.**
   파트너와 같이 안부묻기 연습을 하세요.

Từ vựng / 어휘 — Tính từ / 형용사

Track 08

xinh / đẹp / xinh đẹp

xấu

thân thiện

đắt (북) / mắc (남)

rẻ

hiền

ngon

bận

rảnh / rỗi

hay / thú vị

mệt

vất vả

예쁘다, 못생겼다/나쁘다, 친절하다, 비싸다, 싸다, 착하다, 맛있다, 바쁘다, 한가하다, 재미있다, 피곤하다, 힘들다

Mở rộng 표현 넓히기

다양한 형용사 문장

(1) Yangyang: Công việc có vất vả không? 일이 힘들어요?
    Yuko   : Có. Công việc vất vả.   네. 일이 힘들어요.

(2) Minkuk : Giáo sư có tốt không? 교수님이 좋아요?
    Mai Hoa : Thầy rất tốt.   선생님이 아주 좋아요.

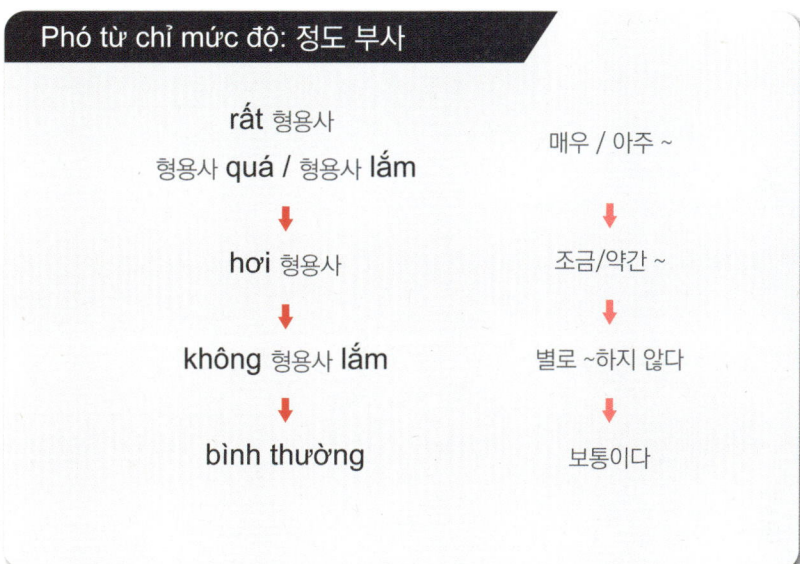

Rất buồn **Rất không tốt**	**Buồn** **Không vui** **Không tốt**	**Hơi buồn**	**Không vui lắm** **Không tốt lắm**	**Bình thường**	**Vui** **tốt**
매우 슬프다 매우 안 좋다	슬프다 기쁘지 않다 좋지 않다	좀 슬프다	별로 기쁘지 않다 별로 안 좋다	보통	기쁘다 좋다

문법익히기 — Thực hành

Làm theo mẫu cho sẵn.
〈보기〉와 같이 주어진 정보를 활용하여 질문과 대답을 쓰세요.

> 〈보기〉
> Kimtaehee, đẹp
> 김태희, 예쁘다
>
> A: Kimtaehee có đẹp không?
> 김태희가 예쁩니까?
> B: Có. Kimtaehee rất đẹp.
> 네. 김태희가 매우 예쁩니다.

(1)

Người Hàn Quốc, thân thiện
한국사람, 친절하다

A: Người Hàn Quốc _____?
B: _____

(2)

Túi xách, rẻ
가방, 싸다

A: Túi xách _____?
B: _____

(3)

Nick, bận
닉, 바쁘다

A: Nick _____?
B: _____

(4)

Phim, hay
영화, 재미있다

A: Phim _____?
B: _____

Ngữ pháp 2 / 문법 2

Từ để hỏi 'thế nào' 의문사 '어때요/어떻게'

주어 + thế nào?
(주어)가 어때요?

A: Bạn trai thế nào?
남자친구는 어때요?

B: Bạn trai hiền và đẹp trai lắm.
남자친구는 착하고 아주 잘생겼어요.

bạn trai: 남자친구
và: 그리고
đẹp trai: 잘생겼다

    Thực hành

Sử dụng từ để hỏi 'thế nào' và các tính từ để hỏi và trả lời như mẫu cho sẵn.
〈보기〉와 같이 'thế nào'의문사로 질문하고 형용사를 활용해 대답하세요.

〈보기1〉

A: Tôi thế nào?   나 어때요?
B: Em rất đẹp.   당신은 매우 아름다워요.

〈보기2〉

A: Phở thế nào?   쌀국수가 어때요?
B: Phở ngon lắm.   쌀국수가 매우 맛있어요.

Ngữ pháp 3 / 문법 3

Sở hữu cách 소유격

Vật sở hữu 소유물 — của 의 — Chủ sở hữu 소유자

 Kimchi **của** Hàn Quốc   한국의 김치

 Áo dài **của** Việt Nam   베트남의 아오자이 (전통의상)

 Gia đình **của** tôi   나의 가족

● **Trong những trường hợp mang tính đương nhiên hoặc trong quan hệ giữa người với người, 'của' thường được lược bỏ.**
당연하다고 여기거나 사람과 사람간 관계의 경우 'của' 가 종종 생략됩니다

Bố mẹ tôi	Nhà tôi	Tay anh
내 부모님	내 집	오빠/형의 손

> nhà 집
> tay 손, 팔

문법익히기 Thực hành

1. Làm theo mẫu cho sẵn.
〈보기〉와 같이 쓰세요.

〈보기〉

Xe máy, Mai Hoa
오토바이, 마이화

A: **Xe máy của ai?**
누구의 오토바이?

B: Xe máy của Mai Hoa.
마이화의 오토바이.

> ai? 누구?
> xe máy của ai? 누구의 오토바이?

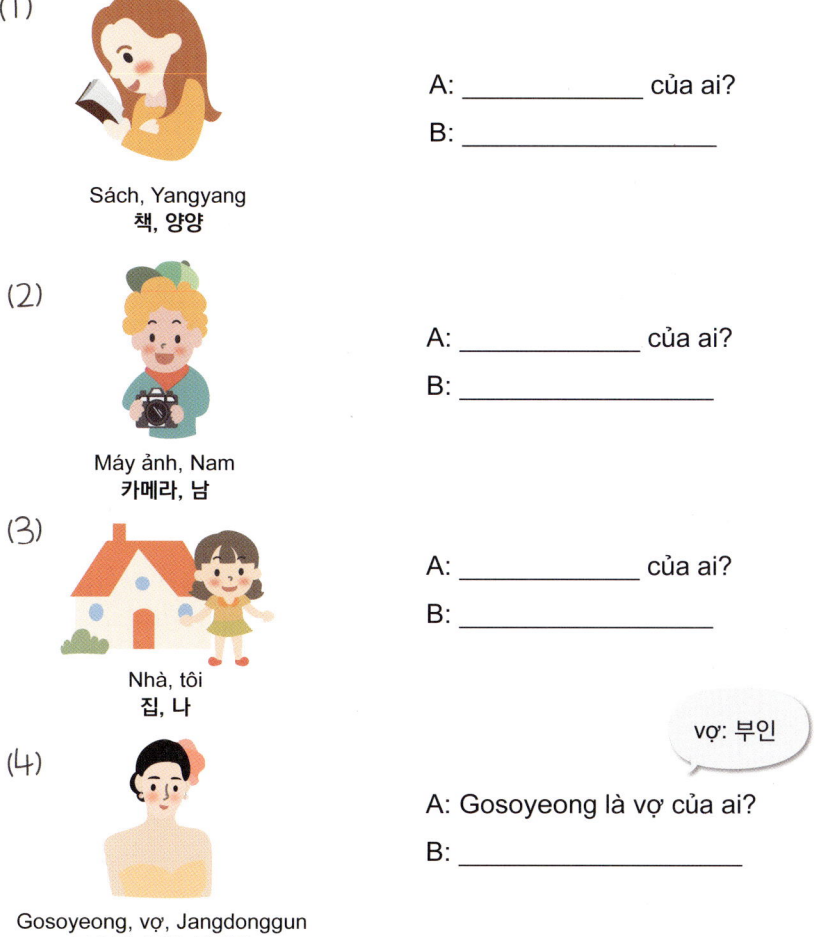

(1) Sách, Yangyang
책, 양양

A: _____ của ai?
B: _____

(2) Máy ảnh, Nam
카메라, 남

A: _____ của ai?
B: _____

(3) Nhà, tôi
집, 나

A: _____ của ai?
B: _____

vợ: 부인

(4) Gosoyeong, vợ, Jangdonggun
고소영, 부인, 장동건

A: Gosoyeong là vợ của ai?
B: _____

2 **Hãy hỏi chủ sở hữu của những đồ vật có trong phòng học.**
교실 안에 있는 물건의 소유자에 대해서 물어보세요.

Track 09

máy tính   bàn   ghế   đồng hồ

Ba lô   bút(북) /cây viết(남)   điện thoại   vở (북) / tập (남)

44

Luyện nghe 듣기연습

Track 10

1. **Nghe hội thoại và điền câu trả lời đúng vào chỗ trống.**
   대화를 듣고 빈 칸에 맞는 대답을 쓰세요.

   (1)  Công việc của Nick _____
   닉의 일

   (2)  Vịnh Hạ Long của Việt Nam _____
   베트남의 할롱베이

   (3)  Dạo này ông Thảo _____
   요즘, 타오 할아버지

   (4)  Việc học của Mai Hoa _____
   마이화의 공부

2. **Nghe và liên kết các thông tin đúng với nhau**
   듣고 맞는 것을 연결하세요

Track 11

   •   •

   •   •

  •   •

  •   •

Luyện nói 말하기 연습

Các học viên thực hành nói như trong mẫu.
주어진 정보를 활용하여 〈보기〉와 같이 다른 사람과 대화해 보세요.

A: ❶ Dạo này, công việc có bận không?
요즘, 일이 바빠요?

❷ Công việc thế nào?
일이 어때요?

B: ❶ Công việc rất bận và vất vả.
일이 아주 바쁘고 힘들어요.

❷ Công việc thú vị.
일이 재미있어요.

Tình huống (상황)	Trả lời (대답)
(1) Công việc ....? 일 (bận, tốt, vất vả, rảnh, thú vị …) (바쁘다, 좋다, 힘들다, 한가하다, 재미있다...)	....
(2) Điện thoại Iphone ....? 아이폰 (tốt, đắt, rẻ, đẹp…) (좋다, 비싸다, 싸다, 예쁘다...)	....
(3) Bạn trai ....? 남자친구 (đẹp trai, xấu trai, hiền, tốt, thân thiện…) (잘생겼다, 못생겼다, 착하다, 좋다, 친절하다...)	....
(4) Bố mẹ...................................? 부모님 (tốt, hiền, khỏe, nghiêm khắc…) (좋다, 착하다, 건강하다, 엄격하다...)	....

Luyện đọc và viết: 읽고 쓰기 연습

Đọc bài và trả lời câu hỏi ở dưới.
읽고 질문에 답을 쓰세요.

> Xin chào. Tôi tên là Mỹ Linh.
>
> Tôi là người Việt Nam. Tôi là học sinh.
>
> Miran là bạn của tôi. Miran là người Hàn Quốc.
>
> Miran cũng là học sinh.
>
> Tôi không đẹp và hơi khó tính.
>
> Còn Miran rất xinh đẹp và thân thiện.
>
> Dạo này việc học của tôi và Miran rất bận.

khó tính: (성격이) 까다롭다
việc học: 공부

(1) Mỹ Linh và Miran có phải là học sinh không?
미링과 미란은 학생입니까?

……………………………………………………

(2) Miran là bạn của ai?
미란은 누구의 친구입니까?

……………………………………………………

(3) Mỹ Linh có đẹp không?
미링은 예쁩니까?

……………………………………………………

(4) Miran có khó tính không?
미란은 까다롭습니까?

……………………………………………………

(5) Dạo này, việc học của Mỹ Linh và Miran thế nào?
요즘, 미링과 미란의 공부가 어떻습니까?

……………………………………………………

Luyện phát âm 발음연습

Đẹp → bạn tôi rất đẹp

Đắt → túi xách đắt lắm

Nghe và đọc theo.
듣고 따라 읽으세요.

(1) Khỏe

(2) Bình thường

(3) Vất vả

(4) Nghiêm khắc

(5) Bận

(6) Rảnh

(7) Vợ - Vở

(8) Điện thoại

(9) Thân thiện

(10) Máy ảnh

2과 문법익히기 답안

Ngữ pháp 1.
문법 1.

01

(1)
A: Anh có khỏe không?
B: Tôi khỏe. Còn anh?
A: Tôi không khỏe lắm / Tôi bình thường.

(2)
A: Chào Chào chị. Lâu rồi không gặp.
   Chị có khỏe không?
B: Tôi khỏe. Cám ơn anh.
   Còn anh?
 A: Tôi khỏe.

(3)
A: Con chào bố mẹ.
   Bố mẹ có khỏe không ạ?
B: Bố mẹ khỏe.
   Con có khỏe không?

(4)
- Xin chào bà.
  Xin lỗi, bà tên là gì ạ?
- Tôi tên là Susan.

Mở rộng
표현 넓히기

(1)
A: Người Hàn Quốc có thân thiện không?
B: Có. Người Hàn Quốc thân thiện lắm.

(2)
A: Túi xách có rẻ không?
B: Không. Túi xách không rẻ / Túi xách đắt.

(3)
A: Nick có bận không?
B: Có. Nick rất bận.

(4)
A: Phim có hay không?
B: Không. Phim không hay.

Ngữ pháp 3.
문법 3.

01

(1)
A: Sách của ai?
B: Sách của Yangyang.

(2)
A: Máy ảnh của ai?
B: Máy ảnh của Nam.

(3)
A: Nhà của ai?
B: Nhà của tôi.

(4)
A: Gosoyeong là vợ của ai?
B: Gosoyeong là vợ của Jangdonggun.

2. 음식문화

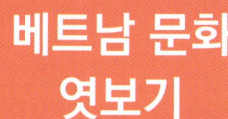
베트남 문화 엿보기

- 농업국가이며 기후는 열대몬순으로 식 문화는 농업국가와 열대기후의 특징을 갖고 있음
- 베트남의 주식도 밥이라는 점에서 한국과 공통점 있음
- 베트남 음식은 각 지역의 지리적, 문화적 특징에 따라 크게 3가지로 나눌 수 있음
  - 북부지방음식 다른 지역에 비해 덜 맵고 덜 느끼한, 다소 생선젓갈로 양념을 하는 담백한 맛이 특징
  - 중부지방음식 비교적 맵고 짠 맛이 특징
  - 남부지방음식 중국, 캄보디아, 태국으로부터 영향을 받아 음식을 할 때 설탕 등 단 양념을 넣음
                 -)음식의 다양성
  - 열대과일 종류가 풍부함.

과일가게 Cửa hàng hoa quả

일반 가정음식

- 요리방법 다양: 삶기, 볶기, 찌기, 국, 조림, 굽기
- 저장문화가 발달되지 않아 날마다 음식재료를 사서 만듦
- 아침밥은 밖에서 사 먹는 경우가 대부분
  - 아침식사 종류 발달
- 베트남의 일반 가정음식: 밥, 생선젓갈, 생선이나 고기로 만든 음식, 야채, 국

> **tip**
>
> ① 여럿이 같이 식사할 때 나이가 가장 많은 사람이 먼저 식사를 시작하면 다른 사람이 따라 식사하기 시작. 밥이나 음료를 먹기 전에 꼭 "식사하세요" (xin mời)라는 말을 해야 함.
>
> ② 베트남 음식 중에는 독특한 향초가 들어간 음식이 있어 한국사람이 먹기에 어려울 수 있음
> 향채(rau thơm)를 먹지 못하는 경우엔 향초를 빼 달라고 (Đừng cho rau thơm) 종업원에게 미리 말하는 게 좋음.
>
> ③ 베트남 음식에 생선젓갈(nước mắm)을 소스로 쓰는 경우가 대부분인데 특정 냄새 때문에 한국사람들이 잘 못 먹을 수 있음. 이럴 땐 간장(xì dầu)을 달라고 하면 됨
>   - 오래 있을 경우에는 한국 양념, 김치 등을 가져가는 것이 좋음.
>
> ④ 한국과 마찬가지로 베트남도 고급식당(nhà hàng), 일반음식점(cơm bình dân), 노상음식점(quán vỉa hè)이 존재하며 음식점 등급에 따라 가격차이가 많이 남.
> 고급식당이 아닌 경우는 물과 물수건을 같이 제공하지 않아 따로 주문해야 함.
> 일반음식점과 노상음식점이 많아서 이용하기가 편한 반면 위생문제가 있을 수 있음.
>
> ⑤ 호치민에서 팁을 주는 것이 일반적이지만 하노이선 팁을 주는 관행이 없음
> 팁을 주는 경우에는 식사비의 10~15%가 적당.

UNIT 3

Bài 3. Tôi học tiếng Hàn ở trường đại học.
3과. 대학교에서 한국어를 배웁니다.

Đại từ nhân xưng (tiếp)   인칭대명사2
Động từ thường và kết cấu câu có động từ   동사 및 동사문장
Trợ từ cuối câu 'à'   어기조사
Từ để hỏi 'đâu', 'ở đâu'   의문사 '어디'와 '어디서'
Trợ từ cuối câu 'nhé', 'nhỉ'   어기조사

Track 13

Hội thoại

Yangyang: Xin hỏi. Ký túc xá ở đâu?
Mai Hoa: Xin lỗi. Tôi cũng không biết.
Bạn là sinh viên mới à?
Yangyang: Phải. Tôi là sinh viên mới.
Mai Hoa: Tôi cũng vậy.
Bạn học khoa gì?
Yangyang : Tôi học khoa kinh tế. Còn bạn?
Mai Hoa: Tôi học khoa xã hội học.
Bạn học tiếng Hàn ở đâu?
Yangyang: Tôi học tiếng Hàn ở trường đại học.
Mai Hoa: Chúng ta làm bạn nhé!
Yangyang: Tốt quá!
Mà, bây giờ chúng ta đi đâu nhỉ?

🌸 Kiểm tra nội dung hội thoại
본문 확인하기

본문을 읽고 다음 질문에 답하세요

> Yangyang tìm gì?
> Mai Hoa và Yangyang có phải là sinh viên cũ không?
> Mai Hoa học khoa gì?
> Yangyang học tiếng Hàn ở đâu?

양양 : 뭐 좀 여쭤 볼게요. 기숙사가 어디에요?
마이화 : 미안해요. 저도 잘 몰라요.
　　　　신입생이에요?
양양 : 맞아요. 제가 신입생이에요.
마이화: 저도 그래요.
　　　　무슨 학과예요?
양양 : 저는 경제학을 공부해요. 그쪽은요?
마이화: 저는 사회학과예요.
　　　　한국어를 어디서 배워요?
양양 : 대학교에서 배워요.
마이화 : 우리 친구해요!
양양 : 좋아요.
　　　　근데, 우리 지금 어디로 갈까요?

Xin hỏi	뭐 좀 여쭤볼게요	**à**	의문문으로 전환시키는 문장 끝에 위치하는 조사	**Trường đại học**	대학교
Ký túc xá	기숙사			**Chúng ta**	우리
Ở + 장소	~에 있다/~에서	**Khoa**	학과	**Nhé**	친절하게 요청할 때 쓰는 조사
Đâu?	어디?	**Kinh tế**	경제		
Ở đâu?	어디에 있냐?/어디서?	**Xã hội học**	사회학	**Mà**	그런데
Biết	알다	**Tiếng Hàn**	한국어	**Bây giờ**	지금
Mới	새로운	**Trường**	학교	**Đi**	가다
Cũ	오래된, 낡은	**Đại học**	대학	**Nhỉ**	혼잣말/그렇지 않습니까?

Đại từ nhân xưng 인칭대명사

Ngôi 인칭	Số ít 단수	Số nhiều 복수
Ngôi thứ nhất **1인칭**	• tôi: 나 • anh, chị, em, ông, bà 자신의 호칭도 관계에 따라 부른다	• chúng tôi 듣는 사람 포함되지 않는다 • chúng ta 듣는 사람 포함된다
Ngôi thứ hai **2인칭**	anh, chị, em, cô, ông, bà, bạn, chú, bác, cháu, cậu 상대방의 호칭을 관계에 따라 부른다	• các anh, các chị, các em, các cô, các ông, các bà, các bạn... các: 들 • mọi người : 다들, 여러분 everyone
Ngôi thứ ba **3인칭**	• anh ấy, chị ấy, em ấy, cô ấy, bạn ấy, ông ấy... ấy: 그 • nó 낮추는 호칭 (그애)	• các anh ấy, các chị ấy, các em ấy, các cô ấy, các bạn ấy • mọi người : 다들 everyone • họ : 그들 • chúng nó : 걔네들

● '**mọi người**'은 '모든 사람, 다들'이란 뜻으로
영어로 '**every one**', 복수 2인칭과 복수 3인칭으로 사용 가능합니다.

Các bạn là người nước nào?
여러분은 어느 나라 사람입니까?

➡ Chúng tôi là người Hàn Quốc.
우리는 한국사람입니다.

Bạn gái của em thế nào?
너의 여자 친구가 어때?

➡ Bạn ấy hiền và xinh lắm.
그 친구는 착하고 매우 예뻐요.

Dạo này, ông bà và bố mẹ em có khỏe không?
요즘, 너의 할아버지 할머니와 부모님이 잘 계셔?

➡ Vâng, mọi người khỏe ạ.
네, 다들 잘 계세요.

Từ vựng 1 / 어휘1
Động từ 1 / 동사1

ăn cơm

uống nước

tập thể dục

làm việc

xem phim

đọc sách

dạy

mua sắm

밥을 먹다, 물을 마시다, 운동하다, 일하다, 영화를 보다, 책을 보다, 가르치다, 쇼핑하다.

Kết cấu câu có động từ
기본동사문

● Cấu trúc câu động từ 동사문장구성

긍정문

주어 + 동사 + (목적어)
Lan   học   tiếng Việt
란은   공부하다 베트남어

부정문

주어 + không + 동사 + (목적어)
Lan   không   học   tiếng Việt
란은   하지 않다 공부하다 베트남어

dạ / vâng은 존댓말 표현 (네/예)
có 은 일반대답 (Yes)

의문문

주어 + (có) + 동사 + (목적어) + không?
Lan   (có)   học   tiếng Việt   không?
란은 베트남어를 공부합니까?

대답
Yes: Vâng/ Dạ / Có
No: Không

A: Người Việt Nam có ăn kimchi không?
   베트남 사람은 김치를 먹습니까?

B: Có. Người Việt Nam ăn kimchi.
   네. 베트남 사람은 김치를 먹습니다.

A: Chị có biết 'Quán ăn ngon' không?
   언니/누나는 '맛있는 집'을 알아요?

B: Tôi không biết.
   저는 몰라요.

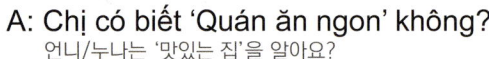
biết 알다

● **Trong 1 câu có thể xuất hiện 2 động từ liền nhau, trong trường hợp này động từ thứ hai đóng vai trò túc từ**
한 문장 안에 동사 2개가 연속 나올 수 있으며 이 경우에 두번째 동사가 목적어 역할을 하게 됩니다

A: Em có thích uống cà phê không?
   동생은 커피 마시는 것을 좋아해요?

B: Không. Em không thích uống cà phê.
   아니오. 저는 커피 마시는 것을 안 좋아해요.

thích
좋아하다

55

Hãy thực hành theo mẫu.
〈보기〉와 같이 주어진 정보를 활용하여 다른 학습자에게 질문하세요.

〈보기〉

A: Chị có xem tv không?
언니/누나는 티비를 봐요?
B: Có. Tôi xem tv.
네. 저는 티비를 봐요.
Không. Tôi không xem tv. Tôi học.
아니오. 저는 티비를 안 봐요. 저는 공부해요.

(1) A: _____ có uống cà phê (trà, nước, bia, rượu, …) không?
커피 (차, 물, 맥주, 술…)을 마셔요?

B: _____

(2) A: _____ có thích hoa (tập thể dục, phim Mỹ, …) không?
꽃 (운동하는 것, 미국 영화…)를 좋아해요?

B: _____

(3) A: _____ có đọc sách (báo, tạp chí …) không?
책 (신문, 잡지 …)를 읽어요?

B: _____

(4) A: _____ có biết tiếng Việt (tiếng Anh, tiếng Hàn …) không?
베트남어 (영어, 한국어 …)를 알아요?

B: _____

trà 차   **nước** 물   **bia** 맥주   **rượu** 술   **hoa** 꽃   **báo** 신문   **tạp chí** 잡지

Mở rộng 표현넓히기

질문 주어 + 동사 + (목적어) + **gì?**   주어가 무엇을 ~해요?
                                           nào?   주어가 어떤 (목적어를) ~해요?
                                           ai?   주어가 누구를 ~해요?
                                           thế nào?   주어가 (목적어를) 어떻게 ~해요?

(1)

A: Yangyang làm gì?
    양양이 무엇을 해요?

B: _____

(2)

A: Bố đọc gì?
    아빠가 무엇을 읽어요?

B: _____

(3)

nghề 직업, 일

A: Cô Minh làm nghề gì?
    밍선생님이 무슨 일을 해요?

B: _____

(4)

tìm 찾다

A: Cháu tìm ai?
    누구를 찾아요?

B: _____

(5)

mua 사다

A: Cô mua gì?
    아가씨는 무엇을 사요?

B: _____

Ngữ pháp 2 / 문법 2

Trợ từ cuối câu 'à' 어기조사

> **Bạn là sinh viên mới à?**
> 신입생이죠?
> → **Phải.**
> 맞아요.

Trợ từ 'à' được đặt ở cuối câu trần thuật, dùng để xác nhận lại nội dung trước đó.
평서문 끝에 **'à'**를 붙이면 앞에 언급된 내용이나 화자가 의심하는 어떠한 사실에 대해서 재확인하는 **부가의문문**이 됩니다. 한국말로 "맞죠? / 그렇죠?"로 해석할 수 있습니다.

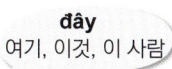
đây
여기, 이것, 이 사람

Đây là quán ăn ngon à?
여기는 맛있는 집이죠?

Phim không hay à?
영화가 재미없죠?

Cô ấy không thích cà phê à?
그녀는 커피를 안 좋아하나요?

그 외에 'phải không' 또는 'đúng không'으로도 언급됐던 내용을 재확인할 수 있습니다.
그 중에 phải / đúng은 '맞다'라는 뜻이고 phải không / đúng không은 '맞죠?' / '그렇죠?'라는 의미를 가지게 됩니다.

Phim không hay à ?
                phải không ?
                đúng không ?
                맞죠? / 그렇죠?

Thực hành

Nhìn ảnh và đặt câu hỏi cho phù hợp, sử dụng 'à'/ 'phải không'/ 'đúng không'.
사진을 보고 'à'/ 'phải không'/ 'đúng không'을 사용하여 상황에 맞는 질문을 만드세요.

⟨보기⟩

(1) Anh Nick mệt, phải không?
닉씨가 피곤한 거 맞죠?

(2) Anh Nick không khỏe à?
닉씨가 컨디션이 안 좋은가요?

(1)

(1) _____?
(2) _____?

(2)

(1) _____?
(2) _____?

(3)

(1) _____?
(2) _____?

(4)

(1) _____?
(2) _____?

Từ vựng 2 / 어휘2

Địa điểm / 장소

Track 15

kia
đây   đó

công ty/ văn phòng

trường (học)

công viên

nhà hàng/ quán ăn

quán cà phê

chợ

rạp (chiếu phim)

여기/저기/거기, 회사/ 사무실, 학교, 공원, 식당/음식점, 카페, 시장, 영화관

Ngữ pháp 3
문법 3

Từ để hỏi 'đâu' và 'ở đâu'
의문사 '어디' 및 '어디서'

1. Đâu? 어디?

질문	Đi đâu (đấy)? 어디에 가요?	Chị đi đâu đấy?
대답	(1) đi + 장소 : ~에 가다	(1) Tôi đi Việt Nam / Hà Nội / chợ. 나는 베트남 / 하노이 / 시장에 간다.
	(2) đi + 동사 : ~하러 가다	(2) Tôi đi học / làm / gặp bạn. 나는 공부하러 / 일하러 / 친구를 만나러 간다.

● 'đấy' là trợ từ cuối câu, dùng để đánh dấu hoặc nhấn mạnh một hành động đang diễn ra. Có thể thay thế bằng 'đó', 'vậy', 'thế'.
'đấy'은 문장끝에 위치하여 진행하고 있는 어떠한 행동을 표시하거나 강조하기 위한 조사입니다.
이 외에 'đó', 'vậy', 'thế'도 있습니다.

다음 경우에 **đi**를 안 쓰고 **đến** 또는 **(đi) về**를 쓴다

đến 오다	trường	학교에 가다/오다
	công ty	회사에 가다/오다
	nhà bạn	친구 집에 가다/오다

(đi) về 돌아가다	nhà	집에 돌아가다
	quê	고향에 돌아가다
	nước	귀국하다
---

2. Ở đâu? 어디에 있어요? / 어디서?

질문	명사 + (ở) đâu? 어디에 있어요?	Ký túc xá ở đâu? 기숙사가 어디에 있어요?
대답	명사 + ở 장소 ~에 있다. (어떤 사물이 어디에 존재하다)	Ký túc xá ở đằng kia. 기숙사가 저쪽에 있어요.
질문	동사 + ở đâu? 어디에서 ~ 해요?	Bạn học tiếng Hàn ở đâu? 한국어를 어디서 배워요?
대답	동사 + ở 장소 ~에서 ~한다. (어떤 행동/행위가 어디서 일어난다)	Tôi học tiếng Hàn ở trường đại học. 나는 대학교에서 한국어를 배워요.

1. Đâu? 어디?

Hãy thực hành theo mẫu
〈보기〉와 같이 그림을 보고 알맞은 문장을 만드세요.

(1) Nick_____
    Nick_____

(2)  Yangyang_____
    Yangyang_____

(3) Họ_____
    Họ_____

(4)  Họ_____
    Họ_____

(5) Yuko _____
    _____

문법익히기
Thực hành

2. Ở đâu? 어디에 있어요? / 어디서?

Hãy thực hành theo mẫu
〈보기〉와 같이 그림을 보고 질문에 답하세요.

〈보기〉
A: Chị Yoko sống ở đâu?
유코씨가 어디에 살아요?
B: Chị ấy sống ở chung cư ABC.
그 언니가 ABC아파트에 살아요.

sống 살다
chung cư 아파트

(1) A: Họ ăn ở đâu?
그들이 어디서 먹어요?
B: ....

(2) A: Cô ấy mua đồ ăn ở đâu?
그녀가 어디서 음식을 사요?
B: ....

đồ ăn 먹거리, 음식

(3) A: Anh chị ấy hẹn hò ở đâu?
그 오빠 언니가 어디서 데이트해요?
B: ....

hẹn hò 데이트하다

(4)  A: Họ học tiếng Việt ở đâu?
그들이 어디서 베트남어를 배워요?
B: ....

(5) A: Anh ấy tập thể dục ở đâu?
그는 어디서 운동해요?
B: ....

Trợ từ cuối câu 'nhé', 'nhỉ'
어기조사 'nhé', 'nhỉ'

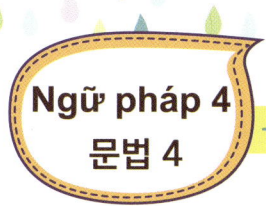

Ngữ pháp 4
문법 4

1. Trợ từ 'nhé' đặt ở cuối câu, biểu thị một cách nhẹ nhàng mong muốn người đối thoại đồng ý với ý kiến, đề nghị của người nói. Có thể thay thế bằng từ 'nhá'.

'nhé'는 문장끝에 위치하여 상대방에게 가볍게 요청하거나 제안할 때 쓰는 조사입니다. (한국말로는 '~할까요', '~할래요', '~하세요' 등과 같은 의미). 'nhá'와 바꿔 쓸 수도 있습니다.

예) Chúng ta làm bạn nhé!
우리는 친구할까요?

Gặp ở quán cà phê nhé!
커피숍에서 만날까요?

Con học chăm chỉ nhé!
(자녀에게) 공부를 열심히 해!

chăm chỉ 열심히

2. Trợ từ 'nhỉ' đặt ở cuối câu, thường được dùng như câu hỏi tu từ hoặc khi người nói đưa ra một nhận xét và muốn người nghe đồng ý.
Có thể thay thế bằng từ 'nhở'.

'nhỉ'는 문장끝에 위치하여 혼잣말을 나타내거나 상대방의 동조를 거의 확신하고 동의를 구하는 의문문으로 바꿔줍니다.

'nhở'와 바꿔 쓸 수도 있습니다.

예) Bây giờ, chúng ta đi đâu nhỉ?
우리 지금 어디로 갈까?

Chị ấy đẹp nhỉ?
그 언니/누나는 예쁘지? (예쁘지 않니?)

Tiếng Việt khó nhỉ?
베트남어 어렵지?

bây giờ 지금
khó 어렵다

64

Luyện nghe 듣기연습

1. **Các nhân vật đang làm gì? Nghe và điền tên thích hợp vào tranh.**
사람들이 무엇을 해요? 듣고 그림 밑에 맞는 이름과 행동을 쓰세요.

Track 16

(1)

(2)

(3)

(4)

(5)

(6)

(7)

(8)

(9)

(10)

65

Luyện nghe 듣기연습

2. Các nhân vật đang làm gì, ở đâu?
Nghe hội thoại và điền câu trả lời đúng.

사람들이 어디서 무엇을 해요? 대화를 듣고 맞는 대답을 쓰세요.

**Lớp học hôm nay chỉ có mình Mai Hoa tham gia.
Giáo sư hỏi Mai Hoa về các học sinh khác.**

오늘 수업 참가하는 사람이 마이화밖에 없어서
교수님이 다른 학생이 어디에 있냐고 물어보는 상황

(1) **Yoon** _____

(2) **Minjung** _____

(3) **Nam** _____

(4) **Taro và Hoa** _____

Luyện nói 말하기 연습

Các học viên thực hành nói như trong mẫu.
〈보기〉와 같이 파트너와 대화하세요.

> A: Chị có thích uống bia không?
> B: Vâng / có. Tôi thích uống bia
> A: Chị uống bia ở đâu?
> B: Tôi uống bia ở quán bia

언니/누나는 맥주 마시는 것을 좋아해요?
네. 저는 맥주 마시는 것을 좋아해요
언니/누나는 맥주를 어디서 마셔요?
저는 맥주집에서 맥주를 마셔요

(1) Xem phim Titanic 영화 타이타닉을 보다
   A: ....
   B: ....
   A: ....
   B: ....

(2) du lịch Việt Nam 베트남 여행
   A: ....
   B: ....
   A: ....
   B: ....

(3) ....
   A: ....
   B: ....
   A: ....
   B: ....

Luyện đọc và viết: 읽고 쓰기 연습

Tham khảo bài dưới đây, sau đó viết bài tự giới thiệu về bản thân.
다음 글을 참고하여 자기소개 글을 쓰세요.

Nick là người Mỹ. Anh ấy sống ở Việt Nam.

Anh ấy là nhân viên công ty.

Anh ấy làm việc ở công ty điện tử.

Nick biết tiếng Anh và tiếng Việt.

Nick học tiếng Việt ở trường đại học Hà Nội.

Anh ấy thích gặp các bạn, đi xem phim và uống cà phê.

Anh ấy rất thân thiện và vui tính.

điện tử 전자
vui tính 유쾌하다

Hãy giới thiệu về bạn (nơi làm việc, bạn bè, tính cách …)
자기소개를 하세요 (일터, 친구, 성격 등)

....
....
....
....
....
....

Luyện phát âm 발음연습

Nhà	←	냐
Nhỉ	←	녀이
Nhé	←	녀애(냬)

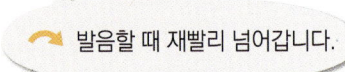
발음할 때 재빨리 넘어갑니다.

Nghe và đọc theo.
듣고 따라 읽으세요.

Track 18

(1) Nghề   (5) Rượu

(2) Trường đại học (6) Tập thể dục

(3) Điện tử   (7) Bây giờ

(4) Văn phòng   (8) Rạp chiếu phim

3과 문법익히기 답안

Mở rộng
표현 넓히기

(1)
B: Yangyang đọc sách

(2)
B: Bố đọc báo.

(3)
B: Cô Minh làm giáo viên.

(4)
B: Cháu tìm con gái của bác ạ.

(5)
B: Tôi mua hoa quả(과일)

Ngữ pháp 2.
문법 2.

01

(1)
Cơm không ngon à?
Anh ấy không đói, phải không?

đói
배 고프다

(2)
Phim hay lắm à?
Họ thích xem phim, đúng không?

(3)
Mai Hoa biết tiếng Anh à?
Mai Hoa học tiếng Anh, phải không?

(4)
Cô ấy thích váy à?

Ngữ pháp 3.
문법 3.

01. Đâu? 어디?

(1)
Nick đến công ty.
Nick đi làm.

(2)
Yangyang đến trường.
Yangyang đi học.

(3)
Họ đi 'quán ăn ngon'.
Họ đi ăn

(4)
Mai Hoa và Minkuk đi rạp CGV.
Mai Hoa và Minkuk đi xem phim.

(5)
Yuko đi về nhà.

Ngữ pháp 3.
문법 3.

01. Ở đâu? 어디에 있어요? / 어디서?

(1)
B: Họ ăn ở 'quán ăn ngon'

(2)
B: Cô ấy mua đồ ăn ở chợ.

(3)
B: Anh chị ấy hẹn hò ở quán cà phê

(4)
B: Họ học tiếng Việt ở trường.

(5)
B: Anh ấy tập thể dục ở công viên.

UNIT 4

Bài 4. Nhà này có mấy phòng?
4과: 이 집이 방 몇 개 있어요?

Kết cấu câu đề nghị lịch sự 'mời'+động từ	정중한 요청 구문 'mời'+ 동사
Loại từ	종별사
Tính từ chỉ định 'này', 'kia', 'đó'	지시형용사 '이', '저', '그'
Số từ	숫자
Từ để hỏi 'mấy', 'bao nhiêu'	의문사 '몇', '얼마'
Từ để hỏi 'ai'	의문사 '누구'

Track 19

Hội thoại

Yuko: Mời mọi người vào.
Yangyang: Ôi, nhà chị đẹp quá.
　　　　　Chắc đắt lắm nhỉ?
Mai Hoa: Nhà này có mấy phòng ạ?
Yuko: Nhà không đắt lắm. Có 3 phòng.
Yangyang: Chị Yuko ơi, cái này là cái gì?
Yoko: À, cái đó là ảnh gia đình chị.
Mai Hoa: Đâu? Xem nào.
　　　　　Người này là ai ạ?
Yuko: Anh ấy là chồng chị.
Yangyang: Đẹp trai nhỉ!
　　　　　Anh ấy năm nay bao nhiêu tuổi?

Kiểm tra nội dung hội thoại
본문 확인하기

본문을 읽고 다음 질문에 답하세요

> Yangyang và Mai Hoa đến nhà ai?
> Nhà của Yuko thế nào?
> 3 người họ xem gì?

유코: 어서오세요.
양양: 언니 집이 참 예쁘네요.
　　　많이 비싸겠어요?
마이화: 이 집이 방 몇 개 있어요?
유코: 집이 별로 비싸지 않아요. 방이 3개 있어요.
양양: 유코언니, 이것이 뭐예요?
유코: 아, 그 것이 우리 가족사진이에요.
마이화: 어디 보자.
　　　이분이 누구세요?
유코: 이 사람이 내 남편이에요.
양양: 잘생겼는데요!
　　　이 분이 올해 몇 살이에요?

mời +동사	~하십시오 (정중한 요청)	phòng	방	năm nay	올해
vào	들어오다 / 들어가다	cái này	이것	bao nhiêu	얼마, 얼마나
chắc	(예상, 추측) ~겠다 / 아마	cái đó	그것	tuổi	나이, 살
này	이	xem nào	보자	đến	오다
nhà này	이 집	người này	이 사람		
có	있다	chồng	남편		
mấy	몇	đẹp trai	잘생겼다		

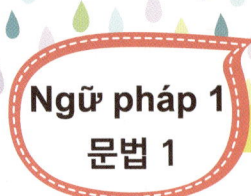

Kết cấu đề nghị lịch sự 'mời' + động từ
정중한 요청구문 'mời'+ 동사

Ngữ pháp 1 / 문법 1

- 'Mời + (2인칭) + 동사'는 상대방에게 어떤 행동/행위를 하게끔 정중하게 요청할 때 사용하는 구문입니다.

Mời + (2인칭) + 동사

Mời mọi người vào
여러분 들어오십시오

Mời ngồi
앉으세요

Mời chị uống trà
언니/누나 차 드세요

Xin mời
드세요

vào 들어오다/들어가다
ngồi 앉다

- **Ngoài ra, từ 'mời' còn một số ý nghĩa khác như sau.**
  이 외에, 'mời'가 '초대하다'/ '초청하다', '대접하다'라는 의미도 가지고 있다.

Mời đám cưới
결혼식에 초대.

Hôm nay tôi mời.
오늘 제가 대접할게요(살게요)

đám cưới 결혼식
hôm nay 오늘

Loại từ   종별사 (단위 명사)

Ngữ pháp 2 / 문법 2

- 종별사란 일반 명사 앞에 붙여서 그 명사의 성격을 명확하게 하는 단위 명사입니다.

(1) Cái / chiếc: sự vật, vật vô tri vô giác 사물, 무생물체 (개/대)

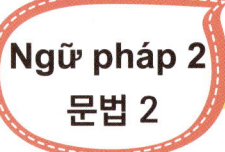
Cái máy tính

Cái đồng hồ

Cái bàn

Cái ghế

Cái bút

Cái ba lô

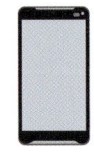
Cái điện thoại

(2) Con: động vật, vật thể sống 동물, 생물체 (마리)

Con chó　　　　　Con mèo　　　　　Con lợn (북)/con heo (남)

● Trường hợp ngoại lệ 예외경우

 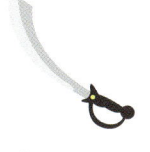

Con thuyền　　　Con dao　　　　Con sông

(3) Quyển / cuốn 권

Cuốn sách　　Quyển vở (북) / Tập (남)　　Cuốn tạp chí

(4) Tờ / tấm / bức 장, 매

Tờ giấy A4　　Tờ tiền　　Tờ báo　　Tấm ảnh / Bức ảnh

(5)
Bát (tô)	그릇	bát cơm, tô phở... (남쪽: chén)
Chai	병	chai bia, chai rượu, chai coca…
Lon	캔	lon bia, lon coca…
Cốc / ly / chén	컵, 잔	cốc cà phê, chén trà, chén rượu, ly sữa…

(6) Quả (북), Trái (남): hoa quả, trái cây 과일

Quả cam / Trái cam   Quả táo / Trái táo   Quả chuối / Trái chuối

- 일반적으로 명사 앞에 종별사를 붙여도 되고 안 붙여도 되는데, 다음 경우에만 명사 앞에 반드시 종별사를 붙여야
  1. 숫자가 나올 때 (숫자 + 종별사 + 명사)
  2. 지시형용사 '이', '저', '그'와 같이 쓸 때

컴퓨터 2개	2 cái máy tính 두 개 컴퓨터
이 오렌지	Quả cam này 오렌지 이
그 책 3권	3 quyển sách đó 세 권 책 그

Tính từ chỉ định 'này', 'kia', 'đó'...
지시형용사 '이', '저', '그'

Ngữ pháp 3
문법 3

(1) 명사/종별사 + 지시형용사

Cái 것	này (이)
Người 사람	
Nhà 집	kia (저)
Con mèo 고양이	
Quyển sách 책	đó, đấy, ấy (그)

cái này, cái kia, cái đó
이것   저것   그것

con chó này
이 강아지

nhà này
이 집

(2) 지시대명사로서의 Đây, Kia, Đó

Đây (이것, 이 사람, 여기)

Kia (저것, 저 사람, 저기)

Đó, Đấy, Ấy (그것, 그 사람, 거기)

Đây là chị Mai. 이 사람은 마이씨입니다.

Còn kia là cô Yến. 그리고 저 사람은 이엔씨입니다.

A: Đây là đâu? 여기는 어디입니까?
B: Đây là bệnh viện 여기는 병원입니다.

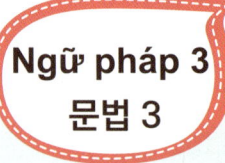
bệnh viện
병원

Số từ
숫자

0	không						
1	một	11	Mười một	21	Hai mươi mốt	91	Chín mươi mốt
2	hai	12	Mười hai	22	Hai mươi hai	92	Chín mươi hai
3	ba	13	Mười ba	23	Hai mươi ba	93	Chín mươi ba
4	bốn	14	Mười bốn	24	Hai mươi bốn/tư	94	Chín mươi bốn/tư
5	năm	15	Mười lăm	25	Hai mươi lăm	95	Chín mươi lăm
6	sáu	16	Mười sáu	26	Hai mươi sáu	96	Chín mươi sáu
7	bảy	17	Mười bảy	27	Hai mươi bảy	97	Chín mươi bảy
8	tám	18	Mười tám	28	Hai mươi tám	98	Chín mươi tám
9	chín	19	Mười chín	29	Hai mươi chín	99	Chín mươi chín
10	mười	20	Hai mươi	30	Ba mươi	100	Một trăm

100	Một trăm	1000	Một nghìn (ngàn)	100.000	Một trăm nghìn
200	Hai trăm	2000	Hai nghìn.	200.000	Hai trăm nghìn
300	Ba trăm	.	.	.	.
400	Bốn trăm	.	.	.	.
500	Năm trăm	10.000	Mười nghìn	1.000.000	Một triệu
600	Sáu trăm	20.000	Hai mươi nghìn	2.000.000	Hai triệu
700	Bảy trăm				
800	Tám trăm				
900	Chín trăm				

● **Số '0' ở vị trí hàng chục được đọc là 'linh' hoặc 'lẻ'**
숫자 '0'이 십단위에 위치하는 경우는 'linh' 또는 'lẻ'라고 읽습니다.

207 Hai trăm linh bảy
Hai trăm lẻ bảy

309.105 Ba trăm linh chín nghìn
một trăm linh năm.

Thực hành 숫자익히기

1. Đọc các số sau đây.
다음 숫자를 읽어 보세요.

11	106	1.003	30.125	777.201
51	445	3.210	99.542	562.010
77	564	9.524	10.085	527.234
84	709	7.505	95.004	502.535
35	610	6.651	21.650	210.081

2. Viết các số vào ô.
다음 숫자를 쓰세요.

Năm mươi mốt

Sáu mươi tư

Chín trăm lẻ năm

Bảy trăm tám mươi mốt

Hai trăm năm mươi lăm

Một nghìn chín trăm mười lăm

Hai nghìn không trăm mười bốn

Chín mươi chín ngàn năm trăm

Bảy mươi mốt ngàn không trăm linh hai

Năm trăm linh năm nghìn một trăm

Số từ trong cuộc sống hàng ngày
일상생활에서 숫자를 이렇게 씁니다

Số nhà 집 번호	100 [một trăm]	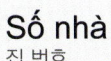
Số phòng 방 번호	701 [bảy lẻ một / bảy không một]	
Số điện thoại 전화번호	0913. 488. 987 [không chín một ba - bốn tám ...]	
Số xe ô tô 자동차 번호		29Y-8358
Số xe máy 오토바이 번호		49-S6 7966
Số tài khoản	계좌번호	
Số 1, số 2, số 3	1번, 2번, 3번	
Số chẵn 짝수 ⟷ **Số lẻ** 홀수		
Số tiền	금액	

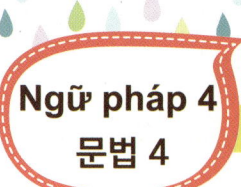

Từ để hỏi 'Mấy', 'Bao nhiêu'
의문사 '몇', '얼마'

질문 주어 + (có) mấy / bao nhiêu + 명사/종별사?   주어가 명사 몇/얼마 있어요?

Nhà này có mấy phòng?   이 집은 방 몇 개 있어요?
이 집   있어요 몇   방?

대답 주어 + (có)   숫자   + 명사/종별사.   주어가 명사 (수량) 있다

Nhà này có   3   phòng.   이 집은 방 3개 있어요
이 집   있어요   3   방

- '(có) mấy / bao nhiêu ~ ?'는 수량 / 양에 대해 물을 때 쓰는 질문입니다.
  Dưới 10 (10 이하): 'Mấy'를 씁니다.
  Trên 10 (10 이상): 'Bao nhiêu'를 씁니다.

1. 'Mấy'?

Cháu mấy tuổi (rồi)?
조카/손자는 몇 살이에요?

Cháu 8 tuổi (rồi) ạ.
조카/손자는 8살이에요.

* 나이 묻는 질문에 동사가 안 들어간다.

Gia đình anh có mấy người?
오빠/형의 가족은 몇 명이 있어요?

Gia đình tôi có 4 người.
내 가족은 4명이 있어요.

2. 'Bao nhiêu'?

Anh ấy năm nay bao nhiêu tuổi ạ?
그는 올해 몇 살입니까?

Anh ấy năm nay 34 tuổi.
그는 올해 34살입니다.

năm nay 올해

Công ty anh có bao nhiêu nhân viên?
오빠/형의 회사는 직원 몇 명 있습니까?

Công ty của chúng tôi có 50 nhân viên.
우리 회사는 직원 50명이 있습니다.

Chị ơi, cái này bao nhiêu tiền?
언니, 이거 얼마예요?

300.000
삼십만

tiền 돈.
가격을 물을 때
'bao nhiêu tiền?'
한국어로 '얼마예요?'
라는 질문을 쓰면 됩니다.

Thực hành

Thực hành như mẫu cho sẵn, sử dụng 'mấy' hoặc 'bao nhiêu'.
'mấy' 또는 'bao nhiêu'를 사용하여 〈보기〉와 같이 하세요.

〈보기〉
(con chó 강아지 / 5)
A: Nhà anh có mấy con chó?
오빠/형의 집은 강아지 몇 마리 있습니까?
B: Tôi rất yêu chó. Nhà tôi có 5 con chó.
저는 강아지를 아주 사랑합니다. 내 집은 강아지 5마리가 있습니다.

yêu 사랑하다

(1) (xe ô tô 자동차 / 1)
   A: ……………………….. xe ô tô?
   B: ………………………1 xe ô tô.

(2) (tiền 돈 / nhiều 많다)
   A: ……………………….. tiền?
   B: ………………………nhiều tiền.

nhiều 많다
ít 적다

(3) (tuổi 나이 / 18)
   A: ……………………….. tuổi?
   B: ………………………18 tuổi.

(4) (bạn gái 여자친구 / 1)
   A: ……………………….. bạn gái?
   B: ………………………1 bạn gái.

Từ để hỏi 'Ai'
의문사 '누가'/'누구'

Ngữ pháp 5
문법 5

Ai nói vậy?
누가 그렇게 말했어요?
Chị ấy nói vậy
그 언니/그 누나가 그렇게 말했어요.

vậy 그렇다
nói vậy 그렇게 말하다

→ 'Ai'가 문장 앞에 위치하면 **주어**에 대한 질문: '**누가**'?

Anh là ai?
당신은 누구입니까?
Tôi là Minh
나는 밍입니다.

→ 'Ai'가 문장 끝에 위치하면 **목적어/보어**에 대한 질문: '**누구를**'?
(주어 + là ai?: 주어는 누구입니까?)

     Thực hành

Thực hành theo mẫu cho sẵn.
〈보기〉와 같이 하세요.

〈보기1〉

(Đây 이 사람 / chị Lan 란씨, trưởng phòng kinh doanh)

A: Đây là ai?
이 사람은 누구입니까?

B: Đây là chị Lan, trưởng phòng kinh doanh.
이 사람은 란씨, 영업팀 과장입니다.

trưởng phòng 과장
kinh doanh 경영, 영업

〈보기2〉

(đi liên hoan / không ai)

Sếp: Hôm nay, ai đi liên hoan?
상사 오늘 누가 회식가요? (회식하러 갈 사람?)

Nhân viên: Xin lỗi sếp. Hôm nay chúng tôi bận.
직원 죄송합니다. 오늘 우리는 바쁩니다.

liên hoan 회식하다
không ai 아무도

(1) (cô 아가씨 / Thủy, vợ anh 당신 와이프)

Bình : ………………………………….. là ai?

Thủy: ……………………………………………

Thủy가 Bình의 와이프인데 Thủy가 성형수술해서 Bình이 못 알아보는 상황.

(2) (kia 저 사람 / cô Linh, giáo viên tiếng Việt 베트남어 교사)

A: ………………………………….. là ai?

B: ……………………………………………

(3) (tôi và cô ấy 나와 그 여자 / chọn 선택하다)

A : ……………………………….. chọn ai?

B : ……………………………………………

(4) (xinh đẹp 예쁘다 / tôi 나)

A: Ở lớp tiếng Việt, ai ……………..………..?

B: ……………………………………………

(5) (có nhiều tiền 돈 많이 있다 / mẹ của tôi 내 엄마)

Học sinh 1: Ở gia đình bạn, ai……………..……?

Học sinh 2: ……………………………………

Luyện nghe 듣기연습

1. Nghe và viết số chính xác.
듣고 숫자를 쓰세요.

 Track 21

(1) _____   (2) _____

(3) _____   (4) _____

(5) _____   (6) _____

(7) _____   (8) _____

 Track 22

2. Nghe và điền thông tin đúng.
듣고 맞는 정보를 쓰세요.

(1) Đó là ……………………………………………

(2) Anh Huy ……………………………………….

(3) Nhà tôi có …………………………………….

(4) Cái kia là ………………………………………

(5) Chúng tôi ...……………………………………

(6) Cho chúng tôi …………………………………

Luyện nói 말하기 연습

1. **Nhìn tranh, dùng từ cách nói 'Mời ~' để đề nghị lịch sự.**
   'Mời ~' 구문을 사용하여 그림과 적합한 정중한 표현을 만드세요.

   (1) _____

   (2) _____

   (3) _____

2. **Hỏi học viên khác một số thông tin liên quan.**
   다른 학습자의 관련 정보를 물어보세요.

Câu hỏi 질문	Trả lời 대답
(1) Tuổi	
(2) Nhà (ở đâu, có mấy nhà, có mấy phòng, bao nhiêu tiền…)	
(3) Gia đình (có mấy người, ai …)	
(4) _____	

Luyện đọc 읽기연습

Đọc và trả lời câu hỏi phía dưới.
읽고 아래 질문에 답하세요.

> 기자가 Mỹ Linh 이라는 배우의 집을 방문해 집을 소개하는 방송 프로그램

Phóng viên: Mỹ Linh, nhà bạn có mấy phòng?

Mỹ Linh: Dạ, nhà tôi có 4 phòng.
Đây là phòng khách.

Phóng viên: Phòng khách rộng và đẹp quá.
Gia đình bạn có mấy người?

Mỹ Linh: Gia đình tôi có 5 người, bố mẹ, 2 em trai và tôi.

Phóng viên (xem ảnh): Đây là ai?

Mỹ Linh: Đó là bạn thân của tôi.

Phóng viên: Bạn có yêu động vật không?

Mỹ Linh: Dạ, có. Nhà tôi có 2 con chó.

(1) Nhà của Mỹ Linh thế nào?   미링의 집이 어때요?

(2) Mỹ Linh có mấy anh em?   미링은 형제 자매 몇 명 있어요?

(3) Nhà Mỹ Linh có mấy con chó?   미링의 집에 강아지 몇 마리 있어요?

phóng viên	기자	**rộng**	넓다	**ảnh**	사진
phòng khách	객실	**em trai**	남동생	**bạn thân**	친한친구
				động vật	동물

Luyện phát âm 발음연습

Track 23

Gia đình	→	z
Giới thiệu	→	z
Rượu	→	z
Kinh **d**oanh	→	z

Nghe và đọc theo.
듣고 따라 읽으세요.

Track 24

(1) Chồng

(2) Bệnh viện

(3) Số tài khoản

(4) Diễn viên

(5) Đây, đó, đấy

(6) Trưởng phòng

(7) Phóng viên

(8) Phòng khách

4과 문법익히기 답안

Thực hành.
숫자 익히기.

02

51
64
905
781
255
1.915
2.014
99.500
71.002
505.100

Ngữ pháp 4.
문법 4.

(1)
A: Anh có mấy xe ô tô?
B: Tôi có 1 xe ô tô

(2)
A: Anh ấy có bao nhiêu tiền?
B: Anh ấy có nhiều tiền

(3)
A: Em ấy bao nhiêu tuổi?
B: Em ấy 18 tuổi.

(4)
A: Em ấy có mấy bạn gái?
B: Em ấy có 1 bạn gái.

Ngữ pháp 5.
문법 5.

(1)
Bình: Cô là ai?
Thủy: Em là Thủy, vợ anh.

(2)
A: Kia là ai?
B: Kia là cô Linh, giáo viên tiếng Việt.

(3)
A: Tôi và cô ấy, anh chọn ai?
B: Anh chọn em / Khó quá.

(4)
A: Ở lớp tiếng Việt, ai xinh đẹp?
B: Tôi.

(5)
Học sinh 1: Ở gia đình bạn, ai có nhiều tiền?
Học sinh 2: Mẹ của tôi.

Luyện nói.
말하기 연습

01

(1)
Mời vào.

(2)
Xin mời.

lối này
이 쪽

(3)
Mời anh đi lối này.

02

Câu hỏi 질문	Trả lời 대답
(1) Anh/Chị bao nhiêu tuổi?	Tôi …..tuổi.

(2) Nhà anh/chị ở đâu?
  Anh/Chị có mấy nhà?
  Nhà anh/chị có mấy phòng?
  Nhà anh/chị bao nhiêu tiền?
	Nhà tôi ở….
	Tôi có ……nhà.
	Nhà tôi có …..phòng.
	Nhà tôi……..(금액)

(3) Gia đình anh/chị có mấy người? Có những(복수: 들) ai?	Gia đình tôi có ….người. Bố, mẹ, tôi 등
(4) Anh/Chị có mấy anh chị em(형제자매)? 등	Tôi có ……anh / chị / em.

Luyện đọc.
읽기 연습

1. Nhà của Mỹ Linh thế nào?
   ➡ Nhà của Mỹ Linh có 4 phòng. Phòng khách rộng và rất đẹp.
2. Mỹ Linh có mấy anh em?
   ➡ Mỹ Linh có 2 em trai.
3. Nhà Mỹ Linh có mấy con chó?
   ➡ Nhà cô ấy có 2 con chó.

UNIT 5

Bài 5. Kỳ nghỉ này, em có kế hoạch gì không?
5과: 이번 방학에 뭐 할 계획이에요?

Kết cấu câu hỏi 'có' + danh từ + 'không'	'~이/가 있어요'?
Từ để hỏi 'Bao giờ' / 'Khi nào'	의문사 '언제'
Cách nói về ngày tháng	날짜
Thì trong tiếng Việt 'đã', 'đang', 'sẽ', 'định'	시제
Cách nói 'muốn' + động từ	'~하고 싶다' 구문

Track 25

Hội thoại

Yuko: Mai Hoa ơi. Kỳ nghỉ này, em có kế hoạch gì không?
Mai Hoa: Dạ, không. Em đang chuẩn bị thi, bận quá.
Có việc gì không chị?
Yuko : Chị định rủ em đi Nhật chơi.
Tiếc quá nhỉ!
Mai Hoa: Ôi, vậy à?
Em cũng muốn đi du lịch Nhật lắm.
Bao giờ chị về ạ?
Yuko : Ngày mùng 2 tháng 1 năm sau.
Mai Hoa: Để xem nào. Hôm nay là ngày 20 tháng 12…

✿ Kiểm tra nội dung hội thoại
본문 확인하기

본문을 읽고 다음 질문에 답하세요

> Kỳ nghỉ này, Mai Hoa có kế hoạch gì không?
>
> Yuko định làm gì?
>
> Mai Hoa có muốn đi du lịch Nhật không?
>
> Bao giờ Yuko về nước?

유코: 마이화. 이번 방학은 뭐 할 계획이에요?
마이화: 아니오. 저는 시험을 준비하고 있어서 너무 바빠요.
　　　 무슨 일이 있어요, 언니?
유코 : 너에게 일본에 놀러 가자고 할 생각인데…
　　　 아쉽네!
마이화: 오, 그래요?
　　　 저도 일본 여행을 너무 가고 싶어요.
　　　 언니 언제 돌아가세요?
유코 : 내년 1월 2일.
마이화: 보자. 오늘은 12월 10일이고…

Kỳ nghỉ	방학, 휴가	Định + V	~ 할 예정이다	Muốn +	~하고 싶다
Kế hoạch	계획	Rủ	불러내다, ~하자고 한다	Bao giờ	언제
Đang + V	~ 하고 있다	Rủ +사람+ V	사람에게 ~를 하자고 한다	Ngày	일, 날
Chuẩn bị	준비하다	Chơi	놀다	Tháng	월, 달
Thi	시험 / 시험보다	Tiếc	아쉽다 / 아깝다	Năm sau	내년
		Vậy à = Thế à	그래요?	Để xem nào	글쎄요/어디 보자

Kết cấu 'có + danh từ + không'?
'~이/가 있어요'?

 있다

Chủ ngữ + có + danh từ
(주어)   (명사)

Tôi có việc.
저는 일이 있습니다.

Anh ấy có bạn gái.
그는 여자친구가 있습니다.

 없다

Chủ ngữ + không có + danh từ
(주어)   (명사)

Tôi không có thời gian.
저는 시간이 없습니다.

Anh ấy không có bạn.
그는 친구가 없습니다.

 ~있어요?

Chủ ngữ + có + danh từ + không?
(주어)   (명사)

Anh có bạn gái không?
오빠/형은 여자친구가 있습니까?

Em có thời gian không?
동생은 시간이 있습니까?

대답

Có Không có
있다 없다

- 경우에 따라 다음 수량부사와 결합할 수 있습니다.
  'có nhiều ~': ~ 많이 있다,
  'có ít / có một chút ~': ~ 조금 있다
  'không có nhiều ~' : ~ 많이 없다,
  'chỉ có ~ (thôi)' : ~밖에 없다 / ~뿐이다 / ~만 있다

Ví dụ:
예)

(1) Em có thời gian không?
동생은 시간이 있습니까?

Có. Em có nhiều thời gian.
있습니다. 저는 시간이 많이 있습니다.

(2) Anh có nhiều tiền không?
오빠/형은 돈 많이 있습니까?

Anh không có nhiều tiền.
오빠/형은 돈이 많이 없습니다.

(3) Có cái khác không?
다른 것이 있습니까?

cái khác: 다른 것

Chỉ có 1 cái (thôi).
한 개 밖에 없습니다

문법 익히기 — Thực hành

1. **Nhìn tranh và trả lời câu hỏi.**
   그림을 보고 질문에 답하세요.

   (1)

   > phòng 방
   > nhà vệ sinh 화장실

   Phòng có máy tính không?
   ....
   Phòng có bàn không?
   ....
   Phòng có nhà vệ sinh không?
   ....

   (2)

   > cửa hàng 가게
   > áo 옷
   > giày 신발/구두

   Cửa hàng này có áo không?
   ....
   Cửa hàng này có bia không?
   ....
   Cửa hàng này có giày không?
   ....

   (3)

   > sinh tố
   > 주스

   Nhà hàng có cà phê không?
   ....
   Nhà hàng có cơm không?
   ....
   Nhà hàng có sinh tố không?
   ....

2. **Các học viên hỏi nhau xem đối phương có những gì.**
   상대방에게 무엇이 있는지 서로 알아보세요.

92

Mở rộng. 표현 넓히기

(1)

có + ▭ + gì/nào + không?
무슨/어떠한 ▭ 이/가 있어요?

> **kỳ nghỉ** 방학
> **kế hoạch** 계획

Kỳ nghỉ này, em có kế hoạch gì không?
(이번 방학에 무슨 계획이 있어요?/뭐 할 계획이에요?)
Có việc gì không?
(무슨 일이 있어요?)
Anh có thích ăn gì không?
(뭐 먹고 싶은 거 있어요?)

(2)

có + ▭ + đâu + không?
어디 ▭ 하는 곳이 있어요?

Kỳ nghỉ này, chị có đi chơi đâu không?
이번 방학은 어디 놀러갈 곳 있어요?

(3)

có + ai + ▭ + không?
▭ 하는 사람 있어요?

Ở đó, có ai xinh không?
거기는 예쁜 사람 있어요?
Có ai có câu hỏi không?
질문 있는 사람 있어요?

> **câu hỏi** 질문

Từ vựng 1 / 어휘 1 — ngày tháng / 날짜

Ngày 일 Thứ 요일

Chủ nhật 일	Thứ hai 월	Thứ ba 화	Thứ tư 수	Thứ năm 목	Thứ sáu 금	Thứ bảy 토
				ngày mùng 1	ngày mùng 2	ngày mùng 3
ngày mùng 4	ngày mùng 5	ngày mùng 6	ngày mùng 7	ngày mùng 8	ngày mùng 9	ngày mùng 10
ngày 11	ngày 12	ngày 13	ngày 14	ngày 15	ngày 16	ngày 17
ngày 18	ngày 19	ngày 20	Ngày 21	ngày 22	ngày 23	ngày 24 (hai tư)
ngày 25	ngày 26	ngày 27	ngày 28	ngày 29	ngày 30	ngày 31

● **Từ ngày 1 đến ngày 10: khi đọc, thêm từ 'mùng' hoặc 'mồng' ở trước số từ.**
1일부터 10일까지는 숫자 앞에서 'mùng' 또는 'mồng'을 붙여 읽어야 합니다.

Tháng 월

Tháng 1 1월	Tháng 2 2월	Tháng 3 3월	Tháng tư 4월	Tháng 5 5월	Tháng 6 6월
Tháng 7 7월	Tháng 8 8월	Tháng 9 9월	Tháng 10 10월	Tháng 11 11월	Tháng 12 12월

Năm 년 ➡ **Ngày 20 tháng 4 năm 2014**
20일 4월 2014년

Tuần 주

đầu 초   đầu tuần 주초,   đầu tháng 월초,   đầu năm 연초
giữa 중   ➡   giữa tuần 주중, giữa tháng 월중순, giữa năm 연중순
cuối 말   cuối tuần 주말, cuối tháng 월말, cuối năm 연말

Cách nói ngày tháng
날짜, 요일

Ngữ pháp 2
문법 2

Tháng 1 2014	Chủ nhật	Thứ hai	Thứ ba	Thứ tư	Thứ năm	Thứ sáu	Thứ bảy
					1	2	3
	4	5	6	7	8	9	10
	11	12	13	14	15	16	17
	18	19	20	21	22	23	24
	25	26	27	28	29	30	31

Cách hỏi ngày tháng
날짜 묻기

ngày bao nhiêu? 며칠?

Hôm nay   là   ngày bao nhiêu?
오늘은   며칠 입니까?
Hôm nay   là   ngày 13 tháng 1 năm 2014.
오늘은   2014년 1월 13일입니다.

Cách hỏi thứ
요일 묻기

thứ mấy? 무슨 요일?

Hôm nay   là   thứ mấy?
오늘은   무슨 요일입니까?
Hôm nay   là   thứ ba.
오늘은   화요일입니다.

Hôm kia ➡ **Hôm qua** ➡ **Hôm nay** ➡ **Ngày mai** ➡ **Ngày kia**
그저께　　　　어제　　　　　오늘　　　　　내일　　　　　모레

지난~	이번~	다음~
Tuần trước	Tuần này	Tuần sau
Tháng trước	Tháng này	Tháng sau
Năm ngoái	Năm nay	Năm sau / sang năm

| Chủ nhật tuần này | 이번주 일요일 | 2 tháng trước | 2달 전 |
| Thứ năm tuần trước | 지난주 목요일 | 3 năm sau | 3년 후 |

Từ vựng 2 / 어휘 2
Ngày kỷ niệm / 기념일

Sinh nhật

Ngày cưới / Ngày kết hôn

Tết

nô en / giáng sinh

Trung thu

Ngày quốc khánh

Ngày lễ: 공휴일

Ngày thường: 평일
Ngày nghỉ: 쉬는 날

생일, 결혼식날, 설, 크리스마스, 추석, 독립기념일

문법 익히기 — Thực hành

Các học viên thực hành thực hành với học viên khác theo mẫu.
<보기>와 같이 다른 학습자에게 각종 기념일에 대해서 질문하고 답하세요.

> 〈보기〉
> A: Sinh nhật của anh là ngày bao nhiêu?
> 오빠/형의 생일은 몇일입니까?
> B: Sinh nhật của anh là ngày 12 tháng 10.
> 오빠/형의 생일은 10월 12일입니다.

(1) A: Sinh nhật ………………………………?
    B: …………………………………………….

(2) A: Ngày cưới ………………………………?
    B: …………………………………………….

(3) A: Tết ……………………………………….?
    B: …………………………………………….

(4) A: Nô en ……………………………………?
    B: …………………………………………….

(5) A: Trung thu ………………………………?
    B: …………………………………………….

(6) A: Ngày quốc khánh ..……………………?
    B: …………………………………………….

97

Mở rộng. 표현 넓히기

☐ mấy / bao nhiêu?

Điện thoại của em (là) số mấy? 동생의 핸드폰은 몇번이에요?
Điện thoại của em số 0912.335.326. 제 핸드폰은 0912.335.326번이에요.

● 의문사 'mấy' / 'bao nhiêu' 의 위치를 주의하세요.
   mấy/ bao nhiêu ☐ ?   수량/양/기간에 대한 질문 (4과 참고)
   ☐ mấy / bao nhiêu ?   내용/정확한 날짜/번호/수치에 관한 질문

문법익히기 Thực hành

Hãy hỏi các học viên khác về các thông tin sau đây.
다른 학습자에게 다음 정보를 물어보세요.

(1)
A: Nhà anh số mấy? 오빠/형의 집은 몇호입니까?
B: ………………………………………..

(2)
A: Xe buýt đi Kangnam số mấy? 강남에 가는 버스가 몇번입니까?
B: ………………………………………..

(3)
  cao 키 크다 / 높다
A: Anh cao bao nhiêu? 오빠/형은 키가 얼마입니까?
B: ………………………………………..

(4)
  nặng 무겁다
A: Chị nặng bao nhiêu? 언니/누나는 몸무게가 얼마입니까?
B: ………………………………………..

  sinh 태어나다/ 출생하다
(5)
A: Em sinh năm bao nhiêu? 동생은 몇년생이에요?
B: ………………………………………..

'Bao giờ' / 'Khi nào'
의문사 '언제'

> **Bao giờ** chị về?
> 언제　　언니　돌아가요?
> **Ngày mùng 2 tháng 1 năm sau.**
> 2일　　　　1월　　　내년

● **Bao giờ = khi nào:** 언제

'Bao giờ' / 'Khi nào' 문장 앞에 위치: 미래
'Bao giờ' / 'Khi nào' 문장 끝에 위치: 과거

1. Tương lai (미래에 대한 질문)

> **cưới:** 결혼하다
> **có lẽ:** 아마

(1) A: Khi nào anh Nam cưới?　　　　　남씨가 언제 결혼할 겁니까?
　　B: Có lẽ sang năm.　　　　　　　　아마 내년에.

> **để xem nào:** 어디보자

(2) A: Bao giờ chúng ta gặp lại?　　　우리 언제 다시 만날 겁니까?
　　B: Để xem nào. Tuần sau gặp nhé!　어디 보자. 다음 주 볼까요?

(3) A: Bao giờ chị đi Việt Nam?　　　언니/누나 언제 베트남에 갈 겁니까?
　　B: Cuối tuần này.　　　　　　　　이번 주말.

2. Quá khứ (과거에 대한 질문)

> **nói vậy:** 그렇게 말하다

(4) A: Em nói vậy bao giờ?　　　　　　제가 언제 그렇게 말했습니까?
　　B: Hôm qua.　　　　　　　　　　어제.

> **lúc nãy:** 아까
> **đến:** 오다

(5) A: Anh đến đây khi nào?　　　　　오빠/형은 여기에 언제 왔습니까?
　　B: Tôi đến lúc nãy　　　　　　　아까 왔습니다.

(6) A: Cô đến Hàn Quốc bao giờ?　　　아가씨는 한국에 언제 왔습니까?
　　B: Tôi đến Hàn Quốc năm 2010　 저는 2010년에 한국에 왔습니다.

문법 익히기 Thực hành

Hãy hỏi các học viên khác dựa trên thông tin cho trước, sử dụng từ để hỏi 'bao giờ'.

'**Bao giờ**' / '**Khi nào**'의문사를 사용하여 주어진 정보를 바탕으로 다른 학습자에게 질문하세요.

(1) A: ………………………………………
    B: ………………………………………

cưới 결혼하다

(2) A: ………………………………………
    B: ………………………………………

đi Việt Nam 베트남에 가다

(3) A: ………………………………………
    B: ………………………………………

tốt nghiệp đại học 대학 졸업하다

(4) A: ………………………………………
    B: ………………………………………

mua nhà 집을 사다

(5) A: ………………………………………
    B: ………………………………………

học tiếng Việt 베트남어를 배우다

100

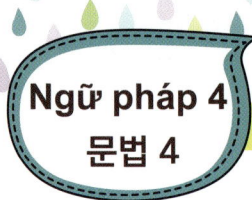

'đã', 'đang', 'sẽ', 'định'
시제부사

đã	➡	đang	➡	sẽ / định
과거		현재 진행중		미래/예정

1
đã + 서술어: 과거 (~했다)
(đã) + 서술어 + rồi: 완료 (~했다)

Hôm qua, tôi đã gặp bạn.　　　　　　어제, 나는 친구를 만났다.
Chúng tôi ăn cơm rồi.　　　　　　　　우리는 밥을 먹었다.
Anh đã kết hôn rồi.　　　　　　　　　오빠/형은 결혼했다.

- 'đã + 서술어' 는 과거에서 있었거나 일어났던 **사건**을 강조합니다.
- '(đã) + 서술어+ rồi' 는 어떠한 행동/사건을 완료됐다는 **상태**를 강조합니다.

2
đang + 동사: ~하고 있다 / ~하고 있는 중이다

A: Em đang làm gì đấy?　　　　　　　동생은 뭘 하고 있어요?
B: Em đang chuẩn bị thi, bận quá.　　저는 시험 준비 중이라 너무 바빠요.

A: Anh đang ở đâu?　　　　　　　　　오빠/형은 지금 어디 있어요?
B: Anh đang ở công ty.　　　　　　　오빠/형은 지금 회사에 있어요.

3
sẽ + 동사: 미래 (~ 할 것이다 / 하겠다)

Chúng ta sẽ thành công.　(thành công 성공하다)　　우리는 성공할 것이다.
Tháng sau, tôi sẽ đi du lịch Mỹ.　　　다음 달에, 나는 미국 여행을 갈 것이다.

4
định + 동사: ~ 할 예정이다 / ~ 하려고 한다

Tôi định rủ bạn đi chơi　(rủ +사람 + V 사람에게 ~하자고 한다.)　나는 친구에게 놀러가자고 하려고 한다.
Thứ 7 tuần này, em định làm gì?　　이번 토요일에, 무엇을 할 계획이에요?

101

Ngữ pháp 5 / 문법 5

'muốn' + 동사/형용사/명사: ~하고 싶다. ~을/를 원하다.

muốn làm gì?	무엇을 하고 싶어요?	muốn (cái) gì?	무엇을 원해요?
muốn đi đâu?	어디에 가고 싶어요?	muốn 1 cốc sinh tố	주스 한 잔을 원해요.
muốn đi du lịch	여행을 가고 싶어요.	muốn đẹp	예쁘고 싶어요.
muốn có người yêu	애인을 갖고 싶어요.	muốn gầy	날씬하고 싶어요.
muốn về nhà	집에 가고 싶어요.	muốn giàu	부유하고 싶어요.

gầy 말랐다, 날씬하다
giàu 부유하다

문법익히기 Thực hành

Nhìn tranh, đoán xem nhân vật trong tranh muốn gì.
그림을 보고 등장 인물이 무엇을 하고 싶은지 추측해 보세요.

(1)
A: Chị ấy muốn mua gì?
B: ………………………………………

(2)
A: Anh ấy muốn làm gì?
B: ………………………………………

(3)
A: Em ấy muốn gì?
B: ………………………………………

(4)
A: Anh ấy muốn gì?
B: ………………………………………

Luyện nghe 듣기연습

1. Nghe và viết câu trả lời đúng.
듣고 무엇이 있고 무엇이 없는지 답을 쓰세요.

Track 27

(1) Hàn Quốc có xe máy không?
....

(2) Anh ơi, ở đây có bia không?
....

(3) Em ơi, cửa hàng có áo dài không?
....

(4) Em có muốn ăn gì không?
....

(5) Kỳ nghỉ này, chị có kế hoạch gì không?
....

2. Nghe và viết ngày tháng chính xác.
듣고 정확한 날짜와 시간을 쓰세요

Track 28

(1) Sinh nhật của anh là ngày bao nhiêu?
....

(2) Bao giờ anh Nam đi du lịch Mỹ?
....

(3) Bố mẹ kết hôn khi nào ạ?
....

(4) Khi nào chúng ta gặp lại?
....

(5) Ngày mai là thứ mấy?
....

Luyện viết và nói 쓰고 말하기 연습

Hãy điền thông tin của bản thân vào chỗ trống.
본인의 정보를 빈 칸에 쓰세요.

Tôi sinh năm …………………………………..………..

Sinh nhật của tôi là …………………………….………..

Năm nay tôi ……. tuổi.

Nhà tôi số ……………………………………..…………

Tôi cao …………, nặng ………………………………..

Số điện thoại của tôi là ………………………………….

Tôi có ……………………………………………………

Tôi không có ……………………………………………

Tôi kết hôn năm ………………………………………..

Năm ngoái, tôi đã ……………………………….……..

Bây giờ, tôi đang ………………………………………

Tuần sau (………..) tôi sẽ ……………………………..

Năm sau, tôi định ……………………………………...

Tôi muốn ……………………………………………….

 **Luyện phát âm** 발음 연습

Nghe và đọc theo.
듣고 따라 읽으세요.

(1) Kỳ nghỉ

(2) Kế hoạch

(3) Đã, đang, định

(4) Chuẩn bị

(5) Cửa hàng

(6) Rủ đi chơi

(7) Tốt nghiệp

(8) Nghỉ việc

(9) Giáng sinh

(10) Quốc khánh

5과 문법익히기 답안

Ngữ pháp 1.
문법 1.

01

(1)
Phòng có máy tính.
Phòng có bàn.
Phòng không có nhà vệ sinh.

(2)
Cửa hàng này có áo.
Cửa hàng này không có bia.
Cửa hàng này có giày.

(3)
Nhà hàng không có cà phê.
Nhà hàng có cơm.
Nhà hàng không có sinh tố.

Mở rộng
표현 넓히기

(1)
B: Nhà tôi số 100.

(2)
B: Xe buýt đi Kangnam số 50.

(3)
B: Tôi cao 1m 73.

(4)
B: Tôi nặng 50 cân.

(5)
B: Em sinh năm ……

Ngữ pháp 3.
문법 3.

(1)
A: Anh/Chị cưới bao giờ?
B: Tôi cưới ngày….tháng…..năm…….

(2)
A: Khi nào anh đi Việt Nam?
B: Ngày ….tháng…..tôi sẽ đi Việt Nam.

(3)
A: Chị tốt nghiệp đại học bao giờ?
B: Tôi tốt nghiệp đại học năm …….

(4)
A: Bao giờ chị mua nhà?
B: Sang năm 등 tôi định mua nhà.

(5)
A: Khi nào anh học tiếng Việt?
B: Cuối tuần 등 tôi học tiếng Việt..

Ngữ pháp 5.
문법 5.

(1)
B: Chị ấy muốn mua túi xách đó.

(2)
B: Anh ấy muốn gặp bạn và uống bia.

(3)
B: Em ấy muốn đỗ đại học.

đỗ
합격하다

(4)
B: Anh ấy muốn có bạn gái /
   muốn gặp bạn gái / muốn hẹn hò.

Bài 6. Anh thường đi làm về lúc mấy giờ?
6과. 보통 몇 시에 퇴근해요?

Phó từ chỉ số lượng 'mọi' 수량부사 'mọi': 모든 (every)
Từ để hỏi 'Sao / Vì sao / Tại sao' 의문사 '왜'
Mệnh đề nguyên nhân – kết quả 'vì ~ nên ~' 원인 – 결과 접속사
Cách nói thời gian trong ngày 하루 시간
Một ngày sinh hoạt 하루 일과

Track 30

Hội thoại

Min kuk : Lâu rồi không gặp. Mọi việc ổn không?
Nick   : Công việc ổn nhưng sức khỏe không tốt lắm.
Min kuk : Sao vậy?
Nick   : Công việc bận quá nên thường xuyên thiếu ngủ.
Min kuk : Thế à?
             Anh thường đi làm về lúc mấy giờ?
Nick   : Tôi thường kết thúc công việc lúc 9 giờ tối
             và về đến nhà lúc 10 giờ.
Min kuk : Vậy, 1 ngày anh ngủ khoảng mấy tiếng?
Nick   : Khoảng 5 tiếng, từ 1 giờ đêm đến 6 giờ sáng.
Min kuk : Vậy thì mệt nhỉ!

Kiểm tra nội dung hội thoại
본문 확인하기

본문을 읽고 다음 질문에 답하세요

> Sức khỏe của Nick có tốt không? Vì sao?
> Công việc của Nick thường kết thúc lúc mấy giờ?
> Một ngày, Nick ngủ khoảng mấy tiếng?

민국 : 오랜만이에요. 모든 일이 잘 되나요?
닉　 : 일은 그럭저럭 잘 되지만 건강이 별로 좋지 않아요.
민국 : 왜 그래요?
닉　 : 일이 너무 바빠서 잠이 부족할 때가 많아서요.
민국 : 그래요?
　　　 퇴근하고 보통 집에 몇 시 가요?
닉　 : 일이 보통 9시에 끝나고 집에 10시에 가요.
민국 : 그럼, 하루에 몇 시간 정도 자요?
닉　 : 5시간 정도, 밤 1시부터 아침 6시까지.
민국 : 그럼 피곤하겠어요!

Mọi việc	모든 일	Ngủ	잠을 자다	Về đến nhà	집에 도착하다
Ổn	잘 되다/ 괜찮다	Thường	보통/ 일반적	Vậy/ Vậy thì	그럼/ 그러면
Sức khỏe	건강	Đi làm về	퇴근 후 귀가하다	Khoảng	대략, 쯤
Sao?	왜?	Lúc	~에(시간 전치사)	Tiếng	시간(hour)
Sao vậy?	왜 그래요?	Mấy giờ?	몇시?	Từ ~ đến ~	~부터(에서)~까지
Thường xuyên	자주	Kết thúc	끝나다/ 끝내다	Đêm	밤
Thiếu	부족하다	Tối	저녁	Sáng	아침, 오전

Phó từ chỉ số lượng 'mọi'
수량부사 'mọi' : 모든 ~

Ngữ pháp 1
문법 1

1. **mọi** + 명사: 모든 ~

mọi việc	모든 일
mọi người	모든 사람/ 사람들/ 다들
mọi nhà	집집마다, 모든 집
mọi lúc	언제나, 모든 때
mọi nơi	어디서나, 모든 곳
mọi thứ	모든 것
mọi lần	매번

lúc 때
nơi 곳
thứ 것, 가지
lần 번, 회

ổn: 잘 되다

Mọi việc có ổn không?	모든 일이 잘 돼가요?
Mọi người đi đâu rồi?	다들 어디에 갔어요?
Cô ấy học tiếng Việt mọi lúc, mọi nơi.	그녀가 언제 어디서나 베트남어를 공부해요.

2. **Tất cả** : 모두

● **Ngoài ra, từ 'tất cả' cũng được dùng với ý nghĩa tương tự.**
Trên thực tết có thể sử dụng từ 'tất cả' riêng biệt hoặc kết hợp với 'mọi'.
Ví dụ: Tất cả mọi người.

이 외에 'tất cả' (전체의, all, whole)라는 표현은 같은 의미로 쓰이기도 합니다.
'tất cả'는 따로 쓰일 수도 있고 'mọi'와 같이 쓰일 수 있습니다.
예) Tất cả mọi người

Tất cả sẽ ổn.	모두 다 잘 될 거에요.
Tất cả là của tôi.	모두가 내 거예요.
Tất cả đều đẹp.	다들 예뻐요.
Tất cả chúng tôi đều thích ăn phở.	우리 모두 다 쌀국수 먹는 것을 좋아해요.

đều (부사)
모두 다

Ngữ pháp 2 / 문법 2

'Sao' / 'Tại sao' / 'Vì sao' 의문사 '왜'

왜?	Sao	chị đến muộn? 언니/누나는 왜 늦게 와요?
	Tại sao	em muốn mua cái áo đó? 동생은 왜 그 옷을 사고 싶어요?
	Vì sao	vậy? 왜 그래요?
왜냐하면	Vì	tôi ngủ dậy muộn. 제가 늦게 일어나서요.
	Tại vì	cái áo đó rẻ và đẹp. 그 옷이 싸고 예쁘기 때문이에요.
	Bởi vì	tôi có lý do riêng. 제가 사정이 있어서요.

muộn 늦다
ngủ dậy 일어나다
lý do riêng 사정, 개인적인 이유

 Thực hành

Dùng 'sao', 'tại sao', 'vì sao' để hỏi và trả lời theo mẫu.
〈보기〉와 같이 'sao', 'tại sao', 'vì sao'를 사용하여 질문하고 대답하세요.

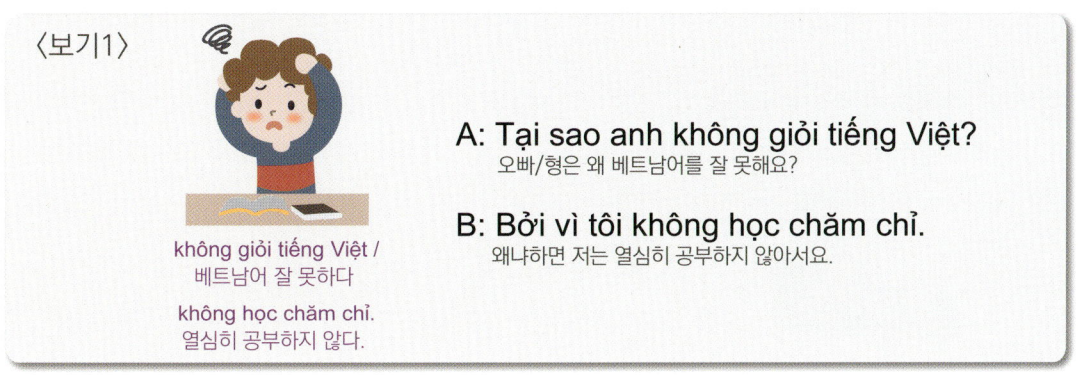

〈보기1〉

không giỏi tiếng Việt / 베트남어 잘 못하다
không học chăm chỉ. 열심히 공부하지 않다.

A: Tại sao anh không giỏi tiếng Việt?
오빠/형은 왜 베트남어를 잘 못해요?

B: Bởi vì tôi không học chăm chỉ.
왜냐하면 저는 열심히 공부하지 않아서요.

(1)

A: ……………………………………nghỉ học?
B: …………………………………… đi công tác.

nghỉ học 수업 빠지다 / 휴강하다
đi công tác 출장가다

(2)

A: ……………………………………béo?
B: …………………………………… ăn nhiều.

béo 뚱뚱하다 /
ăn nhiều 많이 먹다

(3)

A: ……………………………………buồn?
B: …………………………………… sống một mình.

buồn 슬프다, 쓸쓸하다 /
sống một mình 혼자 살다

một mình
혼자

(4)

A: ……………………………………không gặp bạn gái?
B: ……………………………………không có thời gian.

không gặp bạn gái 여자친구를 안 만나다/
không có thời gian 시간이 없다

(5)

A: …………………………………… có nhiều tiền?
B: …………………………………… làm việc chăm chỉ.

có nhiều tiền 돈이 많이 있다/
làm việc chăm chỉ 열심히 일하다

Mệnh đề nguyên nhân – kết quả.
원인-결과 접속사

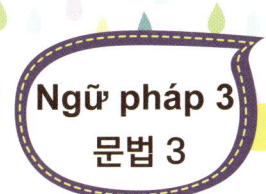
Ngữ pháp 3
문법 3

Vì / **Tại vì** / **Bởi vì** 원인

nên / **cho nên** 결과

Vì muốn sống ở Việt Nam nên tôi học tiếng Việt.
베트남에 살고 싶어서   나는 베트남어를 배운다.

Bởi vì thích tự do cho nên cô ấy không lấy chồng.
자유를 좋아해서   그녀가 시집을 안 간다.

tự do 자유
lấy chồng 시집을 가다

● **Có thể đảo trật tự câu, trong trường hợp này, 'nên'/ 'cho nên' được lược bỏ.**
문장의 순서가 바뀔 수 있으며, 이 경우는 'nên'/ 'cho nên'이 생략됩니다.

Tôi học tiếng Việt vì muốn sống ở Việt Nam.
나는 베트남어를 배운다   베트남에 살고 싶기 때문이다.

Cô ấy không lấy chồng bởi vì thích tự do.
그녀가 시집을 안 간다   자유를 좋아하기 때문이다.

● **Dùng các liên từ dưới đây để liên kết 2 câu với nhau.**
문장과 문장을 연결할 때 다음 접속사를 사용하세요.

Vì thế / Vì vậy 그래서
Do đó 그렇기 때문에

khó khăn 어렵다
thất nghiệp 실업

Hôm nay tôi hơi mệt. Vì thế tôi không đi làm.
오늘은 내가 조금 피곤하다.   그래서 나는 일하러 안 간다.

Dạo này, kinh tế rất khó khăn. Do đó, nhiều người thất nghiệp.
요즘, 경제가 매우 어렵다.   그렇기 때문에 실업자가 많다.

문법 익히기 — Thực hành

Dùng liên từ chỉ nguyên nhân – kết quả để liên kết 2 vế và tạo câu.
〈보기〉와 같이 원인-결과 접속사를 사용하여 문장을 만드세요.

〈보기〉
bạn thân 친한 친구/
hiểu 이해하다

❶ **Vì** Lan là bạn thân của tôi **nên** tôi rất hiểu cô ấy.
   란이 나의 친한 친구이기 때문에   나는 그녀를 잘 이해한다.
❷ Tôi rất hiểu Lan **bởi vì** cô ấy là bạn thân của tôi.
   나는 란을 잘 이해한다   그녀가 나의 친한 친구이기 때문이다.

(1) rộng và đẹp
넓고 예쁘다

thích nhà này
이 집을 좋아하다

❶ Vì(Bởi vì) ………………….. nên (cho nên)………..………………
❷ ………………….……...…...vì (bởi vì) ………………………….……

(2) xinh và thông minh
예쁘고 똑똑하다

muốn cưới cô ấy
그녀와 결혼하고 싶다

❶ …………………………………………………………………………
❷ …………………………………………………………………………

(3) không có tiền
돈이 없다

không mua xe
차를 안 사다

❶ …………………………………………………………………………
❷ …………………………………………………………………………

(4) không mời
초대하지 않다

không đến
안 오다

❶ …………………………………………………………………………
❷ …………………………………………………………………………

(5) mệt 피곤하다

không đi làm
일하러 안 가다

❶ …………………………………………………………………………
❷ …………………………………………………………………………

113

Thời gian trong ngày
하루 시간

시간 묻기	**mấy giờ (rồi)?** 몇 시 (완료표현)?	→	**Bây giờ là mấy giờ (rồi)** 지금은 몇 시입니까?
시간 말하기	**12 giờ (rồi).** 12 시 (완료표현).	→	**Bây giờ là 12 giờ (rồi).** 지금은 12시 입니다.

Trình tự thời gian
시간의 순서

숫자 giờ	숫자 phút	숫자 giây	~시	~분	~초
12 giờ	25 phút	50 giây	12시	25분	50 초

❶ 5 giờ 30 phút   5시 30분
❷ 5 giờ rưỡi   5시반

❶ 10 giờ 45 phút   10시 45분
❷ 11 giờ kém 15 phút   11시 15분전

kém 전

Thời gian trong ngày
하루 시간

Buổi sáng   Buổi trưa   Buổi chiều   Buổi tối   đêm
오전   점심   오후   저녁   밤

7 giờ sáng - 7 giờ tối   **12 giờ trưa** - 12 giờ đêm
오전 7시   저녁 7시   점심 12시   밤 12시

문법 익히기 — Thực hành

Nhìn đồng hồ và hỏi giờ học sinh khác.
시계를 보고 다른 학습자에게 시간을 물어보세요.

(1) A: ……………………………………………… ?
     B: ……………………………………………

(2) A: ……………………………………………… ?
     B: ……………………………………………

(3) A: ……………………………………………… ?
     B: ……………………………………………

(4) A: ……………………………………………… ?
     B: ……………………………………………

(5) A: ……………………………………………… ?
     B: ……………………………………………

Lưu ý: 주의 '시'와 '시간'이 다릅니다. '시'는 giờ이며 '시간'은 tiếng입니다.

| Mấy giờ? | 몇 시? | ➡ | 1 giờ | 1시 |
| Mấy tiếng? | 몇 시간? | ➡ | 1 tiếng | 1시간 |

Từ vựng / 어휘
Động từ 2 / 동사 2

ngủ

dậy / thức dậy / ngủ dậy

tắm (rửa)

rửa mặt

ra khỏi nhà

đi làm về

đợi / chờ

nghe nhạc

nghỉ (ngơi)

đi dạo

nấu ăn

dọn (dẹp)

잠을 자다, 일어나다, 목욕하다/씻다, 세수하다, 집에서 나가다, 퇴근 후 귀가하다, 기다리다, 음악을 듣다, 쉬다, 산책하다, 요리하다, 청소하다

Ngữ pháp 5
문법 5

Một ngày sinh hoạt
하루 일과

● '절/동사 + **lúc mấy giờ?**' 가 어떤 행위가 일어나는 시간에 대해서 물어볼 때 쓰는 구문입니다.
주의: **mấy giờ?**는 '몇시'이며 **lúc mấy giờ?**는 '몇시에'로 해석해야 됩니다.

질문	절/동사 + lúc mấy giờ?	몇시에 ~ 해요?
대답	절/동사 + lúc 시간	(시간)에 ~ 해요

A: Anh thường đi làm về **lúc mấy giờ?**
　오빠/형은 보통 일끝나고 집에 몇시에 갑니까?

B: Tôi thường đi làm về **lúc 9 giờ.**
　저는 보통 일끝나고 집에 9시에 갑니다.

> **thường**
> 보통/ 일반적으로

Công việc bắt đầu **lúc 9 giờ sáng** và kết thúc **lúc 6 giờ chiều.**
일이 오전 9시에 시작하고 오후 6시에 끝난다.

> **bắt đầu** 시작하다
> **kết thúc** 끝나다/ 끝내다

● **lúc** (~에): 시간전치사이며 정확한 시각앞에 위치하거나 **(lúc 8 giờ, lúc 1 giờ rưỡi...)** 지시형용사와 결합할 수 있고 **(lúc đó** 그 때**, lúc này** 이 때**…)** 동사와 결합할 수도 있다 **(lúc ăn** 먹을 때**, lúc ngủ** 잘 때**...).**
vào (~에): 범위가 넓은 시간앞에 위치한 시간전치사 **(vào năm 2010, vào cuối tuần, vào buổi sáng…)**

Mở rộng 표현넓히기

từ ▢ **đến** ▢ → **부터/에서** ▢ **까지** ▢

Tôi thường ngủ **từ** 1 giờ đêm **đến** 6 giờ sáng.
나는 보통 밤 1시부터 오전 6시까지 잠을 잔다.

Đi **từ** Hà Nội **đến** thành phố Hồ Chí Minh.
하노이에서 호치민시까지 간다.

Đọc bài và trả lời câu hỏi dưới đây..
읽고 아래 질문에 답하세요.

> Huy làm việc ở ngân hàng ABC.
> Ngân hàng bắt đầu làm việc lúc 8 giờ sáng.
> Huy thường dậy lúc 6 giờ rưỡi.
> Huy ăn sáng lúc 6 giờ 50 phút, ra khỏi nhà lúc 7 giờ 20 phút.
> Huy đến công ty lúc 8 giờ kém 10 và làm việc từ 8 giờ đến lúc nghỉ trưa.
> Giờ nghỉ trưa là từ 12 giờ đến 1 giờ.
> Buổi chiều, Huy tiếp tục làm việc đến 5 giờ 30 phút.
> Huy ăn tối ở ngoài lúc 7 giờ.
> Về đến nhà, anh ấy tắm rửa, xem tv và đi ngủ lúc 11 giờ đêm.

nghỉ trưa 점심휴식
giờ nghỉ trưa 점심시간
tiếp tục 계속
ngoài 밖, 바깥
về đến nhà 집에 도착하다

(1) Huy ra khỏi nhà lúc mấy giờ? 휘는 몇시에 집에서 나가요?
....

(2) Buổi sáng, Huy làm việc từ mấy giờ đến mấy giờ? 오전에, 휘는 몇시부터 몇시까지 일해요?
....

(3) Một ngày, Huy làm việc mấy tiếng? 하루에, 휘는 몇 시간 일해요?
....

(4) Huy ngủ từ mấy giờ đến mấy giờ? 휘는 몇시부터 몇시까지 잠을 자요?
....

23:00~6:30

6:50

7:20

19:00

12:00~13:00

8:00~12:00

Luyện nghe 듣기연습

1. **Nghe và điền thời gian + hành động vào chỗ trống.**
듣고 빈 칸에 정확한 시간 및 행동을 쓰세요.

Track 32

(1) Yuko ....

(2) Mai Hoa ....

(3) Minkuk ....

(4) Nick ....

2. **Nghe và trả lời các câu hỏi dưới đây.**
듣고 질문에 대답하세요.

Track 33

(1) Sao cô ấy không đến đây?
....

(2) Tại sao mọi người không thích anh Minh?
....

(3) Vì sao dạo này có nhiều người thất nghiệp?
....

(4) Tại sao anh học tiếng Anh?
....

119

Luyện nói 말하기 연습

Dưới đây là lịch làm việc của chị Mai. Xem và trả lời câu hỏi
마이씨의 스케줄을 보고 아래 질문에 답하세요.

Thứ	Chủ nhật	Thứ hai	Thứ ba	Thứ tư	Thứ năm	Thứ sáu	Thứ bảy
Sáng	Ngủ	9:00- đi gặp khách hàng	10:00- đi công tác Đà Nẵng	9:30 – đi ngân hàng	10:00 – gặp giám đốc công ty	Làm việc ở công ty	11:30 - ăn trưa ở nhà hàng
Chiều	Gặp bạn và uống cà phê	2:00- họp ở công ty		5:00 - đi chơi golf		Làm việc ở công ty	

khách hàng 손님, 고객
họp 회의하다

(1) Sáng chủ nhật, chị Mai làm gì?   일요일 오전에, 마이씨는 뭐해요?
  ……………………………………………………………………

(2) Chiều chủ nhật, chị Mai có đi làm không?   일요일 오후에, 마이씨는 일하러 가요?
  ……………………………………………………………………

(3) Sáng thứ hai, chị Mai làm gì? Lúc mấy giờ?   월요일 오전에, 마이씨는 뭐해요?
  ……………………………………………………………………

(4) 10 giờ sáng thứ ba, chị Mai đi công tác ở đâu?   화요일 10시에, 마이씨는 어디에 출장가요?
  ……………………………………………………………………

(5) 10 giờ sáng thứ năm, chị Mai gặp ai?   목요일 10시에, 마이씨는 누구를 만나요?
  ……………………………………………………………………

(6) Cả ngày thứ sáu, chị Mai làm gì?   금요일 종일, 마이씨는 뭐해요?

cả ngày 하루종일
  ……………………………………………………………………

Luyện phát âm 발음연습

Nghe và đọc theo.
듣고 따라 읽으세요.

Track 34

(1) thường xuyên

(2) bạn thân

(3) nghỉ học

(4) đều

(5) khó khăn

(6) thất nghiệp

(7) ngủ dậy

(8) rửa mặt

(9) nghỉ ngơi

(10) dọn dẹp

6과 문법익히기 답안

Ngữ pháp 2.
문법 2.

(1)
A: Vì sao anh ấy nghỉ học?
B: Vì anh ấy đi công tác.

(2)
A: Vì sao anh ấy béo?
B: Bởi vì anh ấy ăn nhiều.

(3)
A: Sao em ấy buồn?
B: Vì em ấy sống một mình.

(4)
A: Tại sao anh ấy không gặp bạn gái?
B: Tại vì anh ấy không có thời gian.

(5)
A: Vì sao ông ấy có nhiều tiền?
B: Vì ông ấy làm việc chăm chỉ.

Ngữ pháp 3.
문법 3.

(1)
① Vì nhà này rộng và đẹp nên tôi thích nhà này.
② Tôi thích nhà này vì nhà này rộng và đẹp.

(2)
① Bởi vì cô ấy xinh và thông minh nên tôi muốn cưới cô ấy.
② Tôi muốn cưới cô ấy bởi vì cô ấy xinh và thông minh.

(3)
① Vì không có tiền nên tôi không mua xe.
② Tôi không mua xe vì không có tiền.

(4)
① Bởi vì anh không mời nên tôi không đến.
② Tôi không đến bởi vì anh không mời

(1)
① Vì mệt nên tôi không đi làm.
② Tôi không đi làm vì mệt.

Luyện nói.
말하기 연습.

(1)
Sáng chủ nhật, chị ấy ngủ.

(2)
Không. Chiều chủ nhật, chị ấy không đi làm.

(3)
Sáng thứ hai, chị ấy đi gặp khách hàng lúc 9 giờ.

(4)
10 giờ sáng thú 3, chị ấy đi công tác ở Đà Nẵng.

(5)
10 sáng thứ 5, chị ấy gặp giám đốc công ty.

(6)
Cả ngày thứ 6, chị ấy làm việc ở công ty.

UNIT 7

Bài 7. Tôi học tiếng Việt để đi du lịch Việt Nam.
7과. 베트남 여행 가려고 베트남어를 배웁니다.

Kết cấu 'có thể', 'không thể'	'할 수 있다', '할 수 없다'
Kết cấu câu chỉ mục đích 'để'	목적을 나타내는 표현
Liên từ 'hay', 'hoặc'	접속사 '또는', '혹은'
Giới từ 'với', 'cùng', 'cùng với'	전치사 '와 함께'

Track 35

Hội thoại

Mai Hoa: Chào các bạn. Tôi là Mai Hoa, giảng viên mới. Các bạn có thể giới thiệu một chút về mình được không?

Nick: Chào cô. Xin tự giới thiệu. Tôi là Nick.

Mai Hoa: Xin hỏi, anh Nick học tiếng Việt để làm gì ạ?

Nick: Tôi học tiếng Việt để đi du lịch Việt Nam.

Mai Hoa: Woa. Anh sẽ đi du lịch Việt Nam với ai?

Nick: Chắc là tôi sẽ đi một mình.

Mai Hoa: (nói với người khác) Còn chị, chị học tiếng Việt để đi du lịch hay có lý do khác ạ?

Minjung: Chồng tôi làm việc ở Việt Nam nên tôi học tiếng Việt để sau này sống ở Việt Nam.

Mai Hoa: Vậy ạ? Bây giờ chúng ta bắt đầu học nhé!

🌸 Kiểm tra nội dung hội thoại
본문 확인하기

본문을 읽고 다음 질문에 답하세요

> 3 người Mai Hoa, Nick và Minjung đang ở đâu?
> Vì sao Nick học tiếng Việt?
> Nick sẽ đi du lịch Việt Nam một mình hay với ai?
> Minjung học tiếng Việt để làm gì?

마이화: 여러분 안녕하세요. 저는 새로운 강사인 마이화입니다.
　　　　여러분들 잠깐 자기소개를 해 주실 수 있습니까?
닉:　　　선생님 안녕하세요. 제 소개하겠습니다. 저는 닉입니다.
마이화: 닉 씨는 뭐 때문에 베트남어를 배우는지 여쭤봐도 될까요?
닉:　　　저는 베트남 여행을 가려고 베트남어를 배웁니다.
마이화: 우와. 베트남 여행은 누구와 같이 갈 겁니까?
닉:　　　아마 혼자 갈 것 같습니다.
마이화: (다른 사람에게) 언니는 여행 가려고 베트남어를 배워요?
　　　　아님 다른 이유가 있는 건가요?
민정:　　우리 남편이 베트남에서 일하기 때문에 나중에 베트남에
　　　　가서 살려고 베트남어를 배워요.
마이화: 그렇군요. 우리 지금 수업 시작할까요!

có thể+동사	~할 수 있다	xin tự giới thiệu	제소개 하겠습니다.	hay	~하거나 ~하다, 또는
không thể+동사	~할 수 없다	mình	자기, 자신, 본인	một mình	혼자
một chút	조금, 잠깐	được không	됩니까?, 가능합니까?	lý do	이유
về ~	~에 대해서	để + 동사	~하려고/~하기 위해(목적)	khác	다른
tự	스스로	với ~	~와 같이, ~와 함께	sau này	나중에
giới thiệu	소개하다	chắc là	아마도		

Từ vựng
어휘

**능력 관련 동사
동사 수식하는 부사**

Track 36

동사	부사 / 형용사
chơi (chơi bóng đá = đá bóng, chơi bóng rổ …)	giỏi
chơi (chơi piano, chơi ghita …)	dở
bơi	nhanh
lái xe	chậm / từ từ
hát	hay
giúp (đỡ)	nhiệt tình
vẽ tranh	sớm
nhảy	lưu loát

부사/형용사는 동사 뒤에서 수식
(부사는 동사를 수식하며
형용사는 명사와 동사를 모두 수식할 수 있음)

chơi bóng đá giỏi, lái xe nhanh, hát hay, giúp đỡ nhiệt tình ...

동사: 축구를 한다, 농구를 한다, 피아노를 친다, 기타를 친다, 수영하다, 운전하다, 노래하다, 돕다, 그림을 그린다, 춤을 춘다.
부사/형용사: 잘하다, 못하다, 빠르다, 느리다/천천히, 재미있다/(노래를)잘한다, 열정적이다, 일찍, 유창하다.

Kết cấu 'có thể', 'không thể'
'~ 할 수 있다', '~ 할 수 없다'

주어 + có thể + 동사 +(목적어)
Cô ấy   có thể   nói   3 ngoại ngữ.
그녀가   할 수 있다 말하다   3개 외국어

주어 + không thể + 동사 +(목적어)
Cô ấy   không thể   nói   3 ngoại ngữ.
그녀가   할 수 없다   말하다   3개 외국어

주어 + có thể + 동사 +(목적어) + không?
Cô ấy   có thể   nói   3 ngoại ngữ   không?
그녀가   말하다   3개 외국어   할 수 있어요?

ngoại ngữ
외국어

- **Kết cấu 'có thể', 'không thể' dùng để chỉ tính khả thi hoặc năng lực.**
'có thể' + V, 'không thể' +V 는 실현 가능성 또는 능력을 나타내는 표현입니다.

Tôi có thể lái xe. 나는 운전할 수 있어요.
Anh Hùng có thể làm việc 12 tiếng 1 ngày. 홍씨는 하루에 12시간 일할 수 있어요.

Tôi không thể bơi nhanh. 나는 수영을 빨리 할 수 없어요.
Xin lỗi. Tôi không thể giúp anh. 미안합니다. 나는 당신을 도와 줄 수 없어요.

Anh có thể giúp tôi không? 당신은 나를 도와 줄 수 있어요?
Chị có thể nói tiếng Anh lưu loát không? 언니/누나는 영어를 유창하게 말할 수 있어요?

Mở rộng 표현넓히기

동사 + 'được'　　～할 수 있다.
'không 동사 được'　～ 못하다.

● 'V được'/ 'không V được'으로 'có thể V'/ 'không thể V'를 대신하여 사용할 수 있습니다. 여기서 포인트는 동사 뒤에 được가 추가된다는 점에서 일반동사문장과 구별됩니다.

긍정문
주어 + 동사 + được + (목적어).
Chúng ta làm được.
우리는 할 수 있어요.

부정문
주어 + không + 동사 + được + (목적어).
Chúng ta không làm được.
우리는 못 해요.

의문문
주어 + (có) + 동사 + được + (목적어) + không?
Chúng ta (có) làm được không?
우리는 할 수 있어요?

Anh ấy đến được.  그는 올 수 있어요.
　　　　　　　　　　　một ít
　　　　　　　　　　　조금
Tôi nói được một ít tiếng Việt.　　　나는 베트남어를 조금 할 수 있어요.

Hôm nay tôi không đi được.　　　오늘 나는 못 가요.
　　　　　　　　　　　bí mật
　　　　　　　　　　　비밀
Bí mật, không nói được. 　비밀, 말을 못 해요.

　　　　vào
　　　　들어가다
Tôi vào được không? 　내가 들어가도 돼요?

Anh nói được tiếng Nhật không?　　오빠/형은 일본어를 할 수 있어요?

● **Cũng có thể dùng kết hợp cả hai kết cấu trong cùng một câu.**
'có thể'와 'được'을 동시에 결합할 수도 있습니다.

Các bạn có thể giới thiệu một chút về mình được không?
여러분들은 본인에 대해서 조금 소개할 수 있어요?

giới thiệu: 소개하다
về ~ ~에 대해서
mình 자기, 자신, 본인

문법 익히기 — Thực hành

1. Nhìn tranh và miêu tả xem các nhân vật có khả năng gì, sử dụng 'có thể', 'không thể', 'được', 'không ~ được' …

그림을 보고 'có thể', 'không thể' 또는 'được', 'không ~ được' 을 사용하여 아래 인물들이 어떤 능력이 있는지 이야기해 보세요.

〈보기〉

Liên, nghe (hiểu) / nói tiếng Anh

> Liên nghe được nhưng không nói được tiếng Anh.
> 리엔은 영어를 알아들을 수 있지만 말을 못한다.
>
> Liên có thể hiểu nhưng không thể nói tiếng Anh.
> 리엔은 영어를 알아들을 수 있지만 말을 못한다.

(1) Yangyang, nói tiếng Hàn / nói tiếng Anh

………………………………………………………
………………………………………………………

(2) Mai Hoa, nấu phở / làm kimchi

………………………………………………………
………………………………………………………

(3) Yuko, chơi piano / chơi ghita

………………………………………………………
………………………………………………………

(4) Minkuk, chơi bóng rổ / chơi bóng đá

………………………………………………………
………………………………………………………

(5) Nick, uống rượu / uống cà phê

………………………………………………………
………………………………………………………

문법 익히기 — Thực hành

2. **Đặt câu hỏi cho các câu trả lời sau đây dựa vào mẫu cho sẵn.**
〈보기〉와 같이 'có thể ~ không?' 또는 '~ được không?'을 이용하여 다음 대답에 알맞은 질문을 만드세요.

〈보기〉
A: Anh uống được nhiều bia không?
오빠/형은 맥주를 많이 마실 수 있어요?
B: Không. Tôi không uống được nhiều bia.
아니오. 저는 맥주를 많이 못 마셔요.

(1) A: ……………………………………………………………?
B: Không. Tôi không bơi được 500m.
아니오. 저는 500m 수영 못 해요.

(2) A: ……………………………………………………………?
B: Có. Tôi có thể nghe một ít thời sự Việt Nam.
네. 저는 베트남 뉴스를 조금 알아들을 수 있어요.

thời sự
뉴스

(3) A: ……………………………………………………………?
B: Không. Tôi không hiểu được.
아니오. 저는 이해 못 해요.

(4) A: ……………………………………………………………?
B: Vâng. Anh có thể gặp giám đốc.
예. 당신은 사장을 만날 수 있어요.

(5) A: ……………………………………………………………?
B: Dạ. Tôi có thể nói tiếng Anh lưu loát.
예. 저는 영어를 유창하게 말 할 수 있어요.

3. **Hãy hỏi các học viên khác về năng lực của họ, sử dụng các động từ đã biết.**
〈보기〉와 같이 아는 동사를 사용하여 다른 학습자가 무엇을 할 수 있는지 물어보세요.

〈보기〉
A: Anh hát được tiếng Anh không?
오빠/형은 영어 노래를 할 수 있어요?
B: ❶ Có. Tôi hát được tiếng Anh.
네. 나는 영어 노래를 할 수 있어요.
❷ Không. Tôi không hát được tiếng Anh.
아니오. 저는 영어 노래를 못 해요.

129

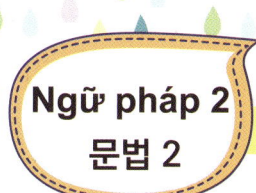

'để' + mệnh đề: mục đích
'để' + 절: ~하려고/~하기 위해

● **Kết cấu Mệnh đề + 'để làm gì?' dùng để hỏi về mục đích của hành động**
절/행동 + 'để làm gì?' 구문은 행동의 목적에 대해서 질문할 때 사용합니다.

질문

> **절 / 행동 + 'để làm gì?'**
> 무엇을 하기 위해 (절/행동)을 합니까?

> Anh học tiếng Việt để làm gì?
> 오빠/형은 무엇을 하기 위해 베트남어를 배웁니까?
>
> Chị đến đây để làm gì?
> 언니/누나는 무엇을 하기 위해 여기에 옵니까?

● **Kết cấu Mệnh đề chỉ hành động + 'để' + mệnh đề chỉ mục đích dùng để biểu thị mục đích của hành động.**
'절/행동 + 'để' + 목적' 구문은 행동의 목적을 나타냅니다. 여기서 주의: 'để' 뒤에 명사가 오지 않는다.

대답

> **절 / 행동 + để + 목적**
> (목적)을 하기 위해서 (절/행동)을 한다

để 뒤에 동사/절이 온다.

> Tôi học tiếng Việt để đi du lịch Việt Nam.
> 나는 베트남 여행을 가기 위해 베트남어를 배운다.
>
> Tôi học tiếng Việt để sau này sống ở Việt Nam.
> 나는 나중에 베트남에 살기 위해 베트남어를 배운다.
>
> Tôi đến đây để gặp đối tác.
> 나는 파트너를 만나기 위해 여기에 온다.

*đối tác
파트너*

 Thực hành

Viết câu hỏi và trả lời theo mẫu.
〈보기〉와 같이 질문과 대답을 쓰세요.

> 〈보기〉 Đi Mỹ / Du lịch và học tiếng Anh
> 미국에 가다 / 여행하고 영어를 배운다
>
> A: Chị đi Mỹ để làm gì?
> 언니/누나는 무엇을 하기 위해 미국에 가요?
> B: Tôi đi Mỹ để du lịch và học tiếng Anh.
> 나는 여행하고 영어를 배우기 위해 미국에 가요.

문법익히기 Thực hành

(1) Làm việc / kiếm tiền.
일하다 / 돈을 벌다

_____?
_____

(2) Đi Anh / gặp bạn gái
영국에 가다/ 여자친구를 만나다

_____?
_____

(3) Đi bệnh viện / khám bệnh
병원에 가다 / 진찰을 받다

_____?
_____

(4) Tập thể dục / giảm cân
운동하다 / 감량하다

_____?
_____

(5) Học tiếng Anh / xin việc
영어를 배우다 / 취업하다

_____?
_____

(6) Đi rạp chiếu phim / xem phim
영화관에 가다 / 영화를 보다

_____?
_____

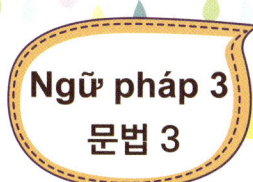

Liên từ 'hay', 'hoặc'
'또는' / '혹은' 접속사

Liên từ 'hay', 'hoặc' biểu thị sự lựa chọn.
'hay', 'hoặc'은 선택을 나타내는 접속사입니다.

```
A   hay / hoặc   B
A       or       B
```

1. A hay B
1.1. A or B?   /   A해요, 아니면 B해요?

'hay'는 모든 문장에 사용 가능하나 주로 선택의문문에서 많이 쓰입니다.

질문

Chị học tiếng Việt để đi du lịch hay có lý do khác?
언니는 여행가기 위해 베트남어를 배워요, 아니면 다른 이유가 있어요?

Anh uống trà hay cà phê?
오빠/형은 차를 마셔요? 커피를 마셔요?

Em thích người đẹp trai hay người thông minh?
동생은 잘생긴 사람을 좋아해요, 똑똑한 사람을 좋아해요?

> lý do 이유
> thông minh 똑똑하다

대답

Tôi học tiếng Việt để đi du lịch.
저는 여행가기 위해 베트남어를 배워요.

Tôi không uống cả hai. Tôi uống sinh tố.
저는 둘 다 안 마셔요. 저는 쥬스를 마셔요.

Em thích cả hai.
저는 둘 다 좋아해요.

> cả hai
> 둘 다

1.2. A든 B든   /   A나 B나

Anh đến hay không cũng không sao
당신이 오든 말든 상관없어요.

2. hoặc: A 또는 B   /   ~하거나 ~ 하다.

'hoặc'는 주로 평서문에만 사용됩니다.

Cuối tuần, gia đình tôi thường đi siêu thị hoặc nghỉ ở nhà.
주말에, 우리 가족은 보통 마트에 가거나 집에서 쉽니다.

> siêu thị
> 마트

Giới từ 'với', 'cùng', 'cùng với'
접속사 '~와 함께', '~와 같이'

질문 với ai / cùng ai / cùng với ai?

대답 với người / cùng người / cùng với người

누구와 함께?
사람과 함께

A: Anh muốn đi du lịch cùng ai?
B: Tôi muốn đi du lịch cùng gia đình.

오빠/형은 누구와 함께 여행가고 싶어요?
저는 가족과 함께 여행가고 싶어요.

chơi
놀다

A: Ngày Valentine, em sẽ đi chơi với ai?
B: Chắc là em sẽ ở nhà và đi ngủ sớm.

발렌타인데이, 동생은 누구와 놀러갈 거에요?
아마 집에서 일찍 잠을 잘 것 같아요.

A: Linh Nga kết hôn với ai vậy?
B: Chị ấy kết hôn với anh Nguyễn.

링응아씨가 누구와 결혼해요?
그 언니는 응웬오빠와 결혼해요.

● **Ngoài ra, liên từ 'với' còn được dùng vào một số trường hợp sau.**
그 외에 접속사 'với'는 다음과 같이 사용되기도 한다.

Hôm qua, cô ấy đã nói với tôi.
Ngày mai, tôi sẽ liên lạc với anh.
Chúng tôi đã quen với cuộc sống ở Việt Nam.
Cái áo này hợp với em quá.

어제, 그녀가 나에게 이야기했다.
내일, 나는 당신에게 연락할 것이다.
우리는 베트남 생활에 익숙해졌다.
이 옷이 너와 잘 어울리다.

nói với ~ ~에게 말하다.   **quen với ~** ~에 익숙해지다.   **hợp với ~** ~와 어울리다.
liên lạc với ~ ~에게 연락하다.   **cuộc sống** 생활 / 삶

문법익히기 — Thực hành

Trả lời câu hỏi theo mẫu.
〈보기〉와 같이 질문에 답하세요.

〈보기〉

Bố: Con đi chơi cùng ai?
아버지: 너는 누구와 놀러갔어?

Con: Con đi chơi cùng các bạn ạ.
자녀: 저는 친구들과 놀러갔어요.

đi chơi/ các bạn
놀러가다 / 친구들

(1)

sống / gia đình
살다 / 가족

A: Anh Quân sống cùng ai?
꾸언씨는 누구와 같이 살아요?
B: ....

(2)

nói chuyện / Mai Hoa
이야기하다

A: Yuko đang nói chuyện với ai?
유코는 누구와 이야기하고 있어요?
B: ....

(3)

liên lạc / đối tác
연락하다 / 파트너

A: Chị Mai liên lạc với ai?
마이씨는 누구에게 연락해요?
B: ....

(4)

họp / đồng nghiệp
회의하다 / 동료

A: Nick họp cùng ai?
닉이 누구와 회의해요?
B: ....

(5)

chơi / mẹ
놀다 / 엄마

em bé
아기

A: Em bé chơi cùng ai?
아기는 누구와 놀아요?
B: ....

134

Luyện nghe 듣기연습

1. **Nghe và liên kết các thông tin với nhau.**
듣고 맞는 것을 연결하세요.

Track 37

(1) Minh   •   • phòng kinh doanh

(2) Giám đốc   •   • cả bố và mẹ

(3) Mai Dung   •   • các bạn

(4) Con   •   • gia đình

giám đốc 사장   phòng kinh doanh 영업팀   cả bố và mẹ 아빠 엄마 둘 다

2. **Nghe, đánh dấu O vào câu đúng và X vào câu sai.**
듣고 맞으면 O, 틀리면 X 하세요.

Track 38

(1) Yuko thường giúp đỡ mọi người.

(2) Ban đầu, Yuko đến Hàn Quốc để kết hôn.

ban đầu
처음에

(3) Yuko nói tiếng Nhật, tiếng Hàn và tiếng Anh rất giỏi.

(4) Chồng Yuko có thể bơi khoảng 500m.

(5) Con gái Yuko chơi piano không giỏi lắm.

Luyện đọc và viết: 읽고 쓰기 연습

Đọc và trả lời câu hỏi.
읽고 질문에 답하세요.

Người phỏng vấn: Tại sao anh muốn làm việc ở công ty du lịch ABC?

Tuấn: Vì công ty ABC rất phù hợp với tôi.

Người phỏng vấn: Anh có thể nói tiếng Anh lưu loát không?

Tuấn: Tôi chỉ nói được một chút thôi ạ.

Người phỏng vấn: Vậy, anh có lái xe được không?

Tuấn: Dạ, không ạ.

Người phỏng vấn: Vậy, anh có thể làm được gì?

Tuấn: Tôi có thể chơi ghita, hát và nhảy ạ.

Người phỏng vấn: Anh sang số 12 Nguyễn Bỉnh Khiêm nhé!
Ở đó đang tuyển ca sĩ đấy.

người phỏng vấn 면접관	phù hợp với ~: ~에 적합하다	sang 오다/가다/건너가다
tuyển 채용하다	ca sĩ 가수	

(1) Tại sao Tuấn muốn làm việc ở công ty du lịch ABC?
뚜원은 왜 ABC여행사에서 일하고 싶어요?
....

(2) Tuấn có thể nói tiếng Anh lưu loát không?
뚜원은 영어를 유창하게 말할 수 있어요?
....

(3) Tuấn có thể chơi ghita và hát không?
뚜언은 기타를 치거나 노래를 할 수 있어요?
....

(4) Người phỏng vấn nghĩ Tuấn phù hợp với nghề gì?
면접관이 뚜원에게 무슨 직업에 적합하다고 생각해요?
....

> nghĩ 생각하다
> nghề 직업

Luyện phát âm 발음연습

Nghe và đọc theo.
듣고 따라 읽으세요.

(1) Lưu loát

(2) Giỏi

(3) Dở

(4) Giúp đỡ

(5) Nhiệt tình

(6) Nhảy, nhanh

(7) Đối tác

(8) Khám bệnh

(9) Giảm cân

(10) Đồng nghiệp

7과 문법익히기 답안

Ngữ pháp 1.
문법 1.

01

(1)
Yangyang nói được tiếng Hàn nhưng không nói được tiếng Anh.
Yangyang có thể nói tiếng Hàn nhưng không thể nói tiếng Anh.

(2)
Mai Hoa nấu được phở nhưng không làm được kimchi.
Mai Hoa có thể nấu phở nhưng không thể làm kimchi.

(3)
Yuko chơi được piano nhưng không chơi được ghita.
Yuko có thể chơi piano nhưng không thể chơi được ghita.

(4)
Minkuk chơi được bóng rổ nhưng không chơi được bóng đá.
Minkuk có thể chơi bóng rổ nhưng không thể chơi bóng đá.

(5)
Nick uống được rượu nhưng không uống được cà phê.
Nick có thể uống rượu nhưng không thể uống cà phê.

02

(1) A: Anh có thể bơi được 500m không?

(2) A: Anh có thể nghe được thời sự Việt Nam không?

(3) A: Tôi có thể gặp giám đốc được không?

(4) 10 giờ sáng thứ 3, chị ấy đi công tác ở Đà Nẵng.

(5) A: Chị nói được tiếng Anh không?

Ngữ pháp 2.
문법 2.

(1)
A: Anh ấy làm việc để làm gì?
B: Anh ấy làm việc để kiếm tiền.

(2)
A: Anh ấy đi Pháp để làm gì?
B: Anh ấy đi Pháp để gặp bạn gái.

(3)
A: Chị ấy đi bệnh viện để làm gì?
B: Chị ấy đi bệnh viện để khám bệnh.

(4)
A: Cô ấy tập thể dục để làm gì?
B: Cô ấy tập thể dục để giảm cân.

(5)
A: Em ấy học tiếng Anh để làm gì?
B: Em ấy học tiếng Anh để xin việc.

(6)
A: Họ đi rạp chiếu phim để làm gì?
B: Họ đi rạp chiếu phim để xem phim.

Ngữ pháp 4.
문법 4.

(1) B: Anh ấy sống cùng gia đình.

(2) B: Yuko đang nói chuyện với Mai Hoa.

(3) B: Chị ấy liên lạc với đối tác.

(4) B: Nick họp cùng đồng nghiệp.

(5) B: Em bé chơi cùng mẹ.

Luyện đọc và viết.
읽고 쓰기 연습.

(1) Vì anh ấy nghĩ công ty ABC phù hợp với mình.

(2) Không. Anh ấy chỉ nói được một chút.

(3) Có. Anh ấy có thể chơi ghita và hát.

(4) Người phỏng vấn nghĩ Tuấn phù hợp với nghề ca sĩ.

Bài 8. Em có biết đi xe máy không?
8과: 오토바이를 탈 줄 알아요?

Cấu trúc câu thì hiện tại hoàn thành 'đã'~ 'chưa' và 'đã' ~ 'bao giờ chưa'
Cách nói 'nghe nói' + mệnh đề.
Kết cấu 'biết' + mệnh đề.
Kết cấu từ để hỏi (ai, gì, ở đâu, bao giờ) + cũng ~
Câu mệnh lệnh

~해본 적 있어요?
~라고 들었다
'알다' 동사의 쓰임
의문사 + 'ცũng'
명령문

Track 40

Hội thoại

Mai Hoa:	Anh Minkuk, anh đã đi Việt Nam bao giờ chưa?
Minkuk:	Chưa. Anh cũng muốn đi nhưng chưa có cơ hội. Nghe nói ở Việt Nam có nhiều xe máy lắm, đúng không?
Mai Hoa:	Vâng. Vì vậy giao thông ở các thành phố lớn rất phức tạp.
Minkuk:	Vậy à?! Em có biết đi xe máy không?
Mai Hoa:	Tất nhiên là biết. Người Việt Nam hầu như ai cũng biết đi xe máy.
Minkuk:	Hôm nào dạy anh đi!

❋ Kiểm tra nội dung hội thoại
본문 확인하기

본문을 읽고 다음 질문에 답하세요

> Minkuk đã đi Việt Nam bao giờ chưa? Vì sao?
>
> Vì sao giao thông ở các thành phố lớn của Việt Nam phức tạp?
>
> Mai Hoa có biết đi xe máy không?

마이화: 민국 오빠, 베트남에 가 본적이 있어요?
민국: 아직이요. 나도 가보고 싶은데 기회가 없었어요.
　　　내가 듣기론 베트남은 오토바이가 굉장히 많다던데, 그게 맞나요?
마이화: 네.
　　　그래서 큰 도시는 교통이 매우 복잡해요.
민국: 그래요?! 혹시 오토바이를 탈 줄 알아요?
마이화: 당연히 알죠.
　　　베트남 사람 거의 누구나 오토바이를 탈 줄 알아요.
민국: 나중에 가르쳐 줘요!

đi + 교통수단	~을/를 타다	thành phố	시,도시	hầu như	거의
đã ~ bao giờ chưa?	~한 적 있어요?	lớn = to	크다	ai cũng biết	누구나 다 안다
cơ hội	기회	giao thông	교통	hôm nào	확실하지 않은 미래의 언젠가
nghe nói ~	~라고 들었다	phức tạp	복잡하다	đi	문장끝에 위치한 đi: 명령문
		tất nhiên	당연하다		

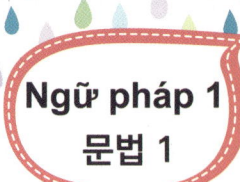

Kết cấu 'đã ~ chưa?'
현재완성 'đã ~ chưa?'

주어 + (đã) + 동사 + (목적어) + chưa?
Chị   (đã)   ăn   cơm   chưa?
언니/누나는 밥을 먹었어요?

주어 + (đã) + 동사 + (목적어) + rồi.
Tôi   (đã)   ăn   cơm   rồi.
저는 밥을 먹었어요.

주어 + chưa + 동사 + (목적어).
Tôi   chưa   ăn   cơm.
저는 밥을 아직 안 먹었어요.

대답
- Yes: Rồi   했다.
- No: Chưa   아직 안 했다.

● Kết cấu 'đã ~ chưa?' dùng để hỏi về một hành động/sự việc nào đó đã hoàn thành hay chưa (tính đến thời điểm nói).
'đã ~ chưa?' 구문은 말하는 시점 기준으로 어떠한 행동/사건이 완성이 됐는지를 물을 때 사용합니다. (영어의 현재완료와 같은 개념)

A: Chị Huệ đến chưa?
   휘에씨가 왔어요?

B: Rồi. Chị ấy đến rồi.
   네(왔어요). 그 언니/누나가 왔어요.

A: Em đã lập gia đình chưa?
   동생은 결혼했어요?

B: Chưa. Còn anh?
   아직이요. 오빠는요?

lập gia đình 결혼하다

A: Em đã ngủ chưa?
   동생은 잤어요?

B: Chưa.
   아직이요.

문법 익히기 — Thực hành

Hỏi và trả lời theo mẫu.
〈보기〉와 같이 주어진 정보를 활용하여 질문과 대답을 만드세요.

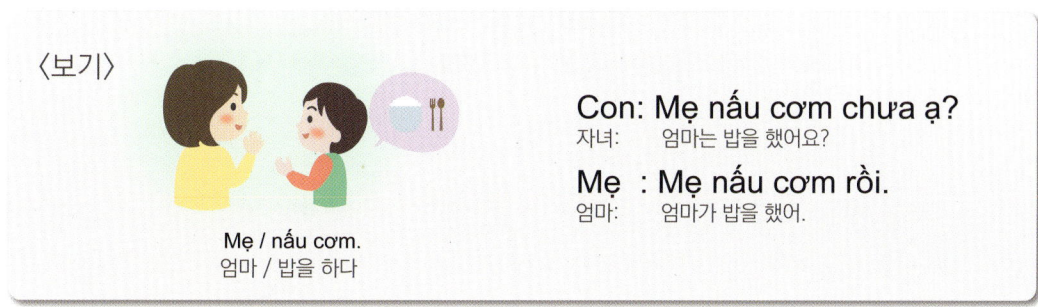

〈보기〉
Mẹ / nấu cơm.
엄마 / 밥을 하다

Con: Mẹ nấu cơm chưa ạ?
자녀: 엄마는 밥을 했어요?

Mẹ : Mẹ nấu cơm rồi.
엄마: 엄마가 밥을 했어.

(1)
Minkuk / ăn cơm
민국 / 밥을 먹다

A: Minkuk ………………………………?
B: ……………………………………………

(2)
Yuko / mua nhà
유코 / 집을 사다

A: Yuko………………………………?
B: ……………………………………………

(3)
Học sinh / học bài
학생 / 복습하다

A: Học sinh ………………………….?
B: ……………………………………………

(4)
Yangyang / dậy
양양 / 일어나다

A: Yangyang…………………………?
B: ……………………………………………

'đã ~ bao giờ chưa?'
~ 한 적이 있어요? / ~ 해 본 적 있어요?

주어 + (đã) + 동사 + (목적어) + bao giờ chưa?'
Anh   đã   đi   Việt Nam   bao giờ chưa?
오빠/형은 베트남에 가 봤어요? / 베트남에 가 본적이 있어요?

Rồi. 주어 + (đã) + 동사 + (목적어) + rồi.
Rồi. Tôi (đã) đi Việt Nam rồi.
네.   저는 베트남에 가 봤어요.

Chưa. 주어 + chưa + 동사 + (목적어) + bao giờ.
Chưa. Tôi chưa đi Việt Nam bao giờ.
아직이요. 저는 베트남에 가 본 적 없어요.

● **Kết cấu 'đã ~bao giờ chưa?' dùng để hỏi về một hành động/ sự việc nào đó đã từng diễn ra hay chưa (tính đến thời điểm hiện tại).**

'đã ~ bao giờ chưa?'는 어떠한 경험을 해봤는지를 물을 때 사용합니다.
한국어로 '~한 적이 있어요?'와 같다고 볼 수 있습니다.

bánh xèo

A: Anh đã ăn bánh xèo bao giờ chưa?
  오빠/형은 바잉쌔오를 먹어 본 적이 있어요?

B: Tôi ăn nhiều rồi.
  저는 많이 먹었어요.

đi xe máy 오토바이를 타다
lần 번, 회

A: Em đã đi xe máy bao giờ chưa?
  동생은 오토바이를 타 본 적 있어요?

B: Rồi. Ở Việt Nam, tôi đã đi xe máy 3 lần rồi.
  네.   베트남에서, 저는 오토바이를 3번 탔어요.

Ngữ pháp 2
문법 2

Kết cấu 'nghe nói ~'
'~ 라고 들었다' / 듣기로는 ~

Nghe nói (là) + 절: ~라고 들었다

Nghe nói ở Việt Nam có nhiều xe máy lắm.
베트남에 오토바이가 굉장히 많다고 들었다.

- **Kết cấu 'nghe nói (là) ~' dùng để biểu hiện thông tin nào đó mà người nói nghe được từ một nguồn khác.**
'nghe nói (là) ~'는 화자가 들었던 소식을 다시 전달할 때 사용되며
한국어로 '~라고 들었다' 또는 '듣기로는 ~'로 해석할 수 있습니다.

A: Dạo này anh Huy thế nào?
요즘 휘오빠가 어때요?

B: Nghe nói là anh ấy giàu lắm.
그가 매우 부유하다고 들었어요.

C: Nghe nói anh ấy lấy vợ rồi...
그가 장가를 갔다고 들었는데...

giàu 부유하다
lấy vợ 장가 가다

Nghe + 정보제공자 + nói (là) + 절: ~에게 ~라고 들었다

Nghe TV nói là diễn viên Minh Tú đã kết hôn.
배우 밍뚜가 결혼했다고 티비에서 들었다.

Nghe mọi người nói là năm sau chị Minh đi du học.
밍씨가 내년에 유학간다고 사람들에게 들었다.

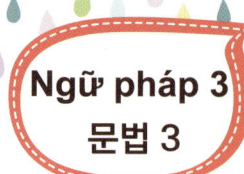

Kết cấu 'biết'+danh từ/động từ/mệnh đề
'biết' 동사의 쓰임

1 Biết + 명사: ~을(를) 알다.

A: Em (có) biết ca sĩ Hồng Nhung không?
가수 홍늉를 알아요?

B: Không. Em không biết ca sĩ đó.
아니오. 저는 그 가수를 몰라요.

2 Biết + 동사: ~ 할 줄 알다.

A: Em (có) biết đi xe máy không?
동생은 오토바이를 탈 줄 알아요?

B: Tất nhiên là biết.
당연히 알죠.

tất nhiên (là)~: 당연히 ~

3 Biết + 의문사 의문문 : ~ 하는 지 / ~인지 알다.

기본 의문문 (의문사 의문문) → ~하는지/ ~인지 알다.

Quán ăn ngon ở đâu?
맛집이 어디에 있어요?

 의문문

(có) biết + 기본의문문 + không?
Chị có biết **Quán ăn ngon ở đâu** không?
맛집이 어딘지 알아요?

 긍정문

biết + 기본 의문문
Tôi biết **Quán ăn ngon ở đâu**.
나는 맛집이 어딘지 알아요

 부정문

không biết + 기본 의문문
Tôi không biết **Quán ăn ngon ở đâu**.
나는 맛집이 어딘지 몰라요

문법 익히기
Thực hành

1. Đặt câu hỏi dựa vào thông tin cho sẵn.
주어진 기본 의문문을 '~하는지/어딘지/언제인지를 알아요?'의 질문으로 바꿔 보세요.

〈보기〉
Chị Hằng đang làm gì?
항씨가 뭐 하고 있어요?
→ Anh có biết **chị Hằng đang làm gì** không?
오빠/형은 항씨가 뭐 하고 있는지 알아요?

(1) **Giám đốc ở đâu?** 사장님이 어디에요?
…………………………………………………………………?

(2) **Giáo viên nói gì?** 선생님이 뭐라고 하셨어요?
…………………………………………………………………?

(3) **Bao giờ anh Minh đến đây?** 밍씨가 언제 와요?
…………………………………………………………………?

2. Hãy liên kết 2 vế có ý nghĩa liên quan với nhau.
맞는 것을 연결하세요.

(1) Tôi biết địa chỉ của Lan.   · · (a) Tôi thích ăn cơm ở nhà.

(2) Sinh biết chơi golf.   · · (b) Anh ấy không mua quà.

(3) Bạn trai không biết tôi thích gì.   · · (c) Tôi thích đi mua sắm với mẹ.

(4) Giám đốc không biết nhân viên ở đâu. · · (d) Tôi thường đến nhà cô ấy chơi.

(5) Yangyang biết nhiều ngoại ngữ.   · · (e) Ông ấy đi tìm nhân viên.

(6) Chồng tôi biết nấu ăn.   · · (f) Cuối tuần, anh ấy thường đi chơi golf.

(7) Mẹ tôi biết nơi mua sắm rẻ và đẹp.   · · (g) Cô ấy có thể nói chuyện với người nước ngoài

---

địa chỉ 주소   nơi mua sắm 쇼핑 장소   quà 선물   đến ~ chơi: ~에 놀러오다   tìm 찾다   người nước ngoài 외국인

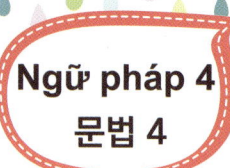

Từ để hỏi + cũng ~
의문사 + cũng ~

- '의문사 (무엇, 누구, 어디, 언제, 어떻게) + cũng ~' 구문은 언급하는 모든 대상이 다 어떤 공통점을 갖고 있거나 같은 동작, 상태, 성질이 있다는 것을 표현합니다. 한국말로 '무엇 / 누구 / 어디 / 언제 / 어떻게'든지 역시~.

A: Em muốn ăn gì?
동생은 뭐 먹고 싶어요?

B: Gì cũng được.
뭐든 상관없어요.

được
되다, 상관없다

Chị ấy đẹp nên mặc gì cũng hợp.
그 언니가 예뻐서 뭐 입든 다 잘 어울려요.

Làm thế nào cũng được.
어떻게 하든 상관없어요.

Ở Việt Nam, hầu như ai cũng biết đi xe máy.
베트남에서   거의 누구나 오토바이를 탈 줄 알아요.

hầu như 거의

---

2   명사 nào + cũng ~ : 어떤 (명사)든지 역시~

- **명사** nào + cũng ~ 는 (1)번 **의문사 + cũng ~**과 마찬가지로 전체를 강조할 때 쓰는 구문이지만 (1)번보다 언급 대상을 조금 더 구체적으로 설명할 수 있다는 점에서 구별됩니다.

Học sinh nào cũng học chăm chỉ.
모든 학생이 열심히 공부하다.

Ở Gangnam, **chỗ nào cũng** đắt.
강남은 어디든 비싸다.

Ngày nào anh Tùng **cũng** tập thể dục.
뚱씨가 매일 운동하다.

học sinh nào cũng 어떤 학생이든 (모든학생)
chỗ nào cũng 어느 곳이든 = 어디든
ngày nào cũng 어떤 날이든 = 매일
lúc nào cũng 어떤 때든 = 항상, 늘

A: Anh có thời gian không?
오빠/형은 시간이 있어요?

B: Anh **lúc nào cũng** có thời gian.
오빠/형은 언제든 (항상) 시간 있어요.

Câu mệnh lệnh & thỉnh dụ
명령문 & 청유문

Ngữ pháp 5
문법 5

1 Hãy + 동사: ~ 해라 / ~하자

Hãy im lặng.
조용하세요.

im lặng 조용하다, 침묵하다

2 동사 + đi: ~ 해라 / ~하자

Hôm nào dạy anh đi.
나중에 오빠에게 가르쳐 줘라.

Chúng ta đi ăn cơm đi.
우리 밥 먹으러 가자.

hôm nào 확실하지 않은 미래의 언젠가

3 Hãy + 동사 + đi : ~ 해라 / ~하자

Chị hãy nói thật đi.
언니/누나 솔직히 말하세요.

nói thật 솔직히 말하다

● **Các kết cấu (1), (2), (3) trên có thể trở thành câu mệnh lệnh hoặc câu thỉnh dụ tùy vào từng tình huống.**
이상 (1), (2), (3)구문은 상황에 따라 명령문이 될 수 있고 청유문이 될 수도 있습니다.

Câu mệnh lệnh ngược
부정 명령문

1 (Xin) Đừng + 동사: ~ 하지 마세요

Đừng nói chuyện.
Xin đừng làm phiền tôi.

làm phiền 귀찮게 하다.

이야기하지 마세요.
나를 귀찮게 하지 마세요.

2 Không được + 동사: ~ 하면 안 되다.

Không được vào đây.
Không được nói dối.

nói dối 거짓말 하다.

여기 들어오면 안 됩니다.
거짓말하면 안 됩니다.

148

문법 익히기
Thực hành

Hãy viết câu mệnh lệnh phù hợp với các tình huống sau.
〈보기〉와 같이 다음 상황에 맞는 명령문을 쓰세요.

〈보기〉 Anh Huy đến muộn.   휘씨가 늦게 온다.
① Anh hãy đến sớm   일찍 오세요.
② Anh đừng đến muộn.   늦게 오지 마세요.
③ Anh không được đến muộn.   늦게 오면 안 돼요.

---

(1) Chị Mai không làm việc chăm chỉ.   마이씨가 일을 열심히 안 한다.
① ....
② ....
③ ....

(2) Ông Hải thường đi ngủ muộn.   하이 할아버지가 보통 늦게 잔다.
① ....
② ....
③ ....

(3) Em Minh không học bài.   밍이 공부(복습)을 안 한다.
① ....
② ....
③ ....

> lãng phí 낭비하다
> tiết kiệm 아껴쓴다

(4) Bà Loan rất lãng phí   로완씨가 낭비가 심하다.
① ....
② ....
③ ....

Luyện nghe 듣기연습

Nghe, điền thông tin đúng vào từng thời kỳ và liên kết với bức hình phù hợp.
듣고 해당 시기에 무엇을 할 줄 아는지를 적고 맞는 그림과 연결하세요.

Track 41

> Sau đây là quá trình trưởng thành của Hà theo thời gian.
> 다음은 Hà의 시간에 따른 성장과정입니다.

2 tuổi: ....

6 tuổi: ....

8 tuổi: ....

10 tuổi: Hà biết giúp đỡ mẹ

13 tuổi: ....

18 tuổi: ....

Luyện nói 말하기 연습

1. **Người B sẽ nói thế nào nếu người A nói.**
   명령문이나 청유문으로 A의 말에 어울릴 만한 B의 대답을 써 보세요.

   (1) A: Ngày mai em có thời gian. 전 내일 시간이 있어요.
       B: _____

   (2) A: Tôi nghe nói phở ở đó ngon lắm. 제가 듣기로는 거기 쌀국수가 아주 맛있어요.
       B: _____

   (3) A: Anh mệt quá. 오빠/형이 너무 피곤해요.
       B: _____

   (4) A: Phòng này bừa bộn quá. **bừa bộn** 엉망이다 이 방이 너무 엉망이네요.
       B: _____

2. **Hỏi người bên cạnh xem họ đã làm những việc sau đây bao giờ chưa.**
   〈보기〉와 같이 옆 사람에게 아래 경험이 있었는지 물어보세요.

〈보기〉 leo núi (등산하다) ➡ Chị đã leo núi bao giờ chưa?	• Rồi. Tôi đã leo núi rồi. • Chưa. Tôi chưa leo núi bao giờ.
(1) Du lịch bụi (배낭여행가다)	• .... • ....
(2) Đi Châu Phi (아프리카에 가다)	• .... • ....
(3) Gặp diễn viên (배우를 만나다)	• .... • ....
(4) Yêu đơn phương (짝사랑하다)	• .... • ....

Luyện đọc và viết: 읽고 쓰기 연습

Đọc và trả lời câu hỏi phía dưới.
읽고 아래 질문에 답하세요.

Mai Hoa　　: Cuối tuần này, chúng ta đi liên hoan đi.

Yangyang: Ừ. Em muốn ăn gì?

Mai Hoa　　: Chị có biết nhà hàng Việt Nam nào ngon không?

Yangyang: Biết, nhưng hơi xa.

Mai Hoa　　: Không sao. Ở đâu em cũng đi được.
　　　　　　Chị đã ăn ở đó bao giờ chưa?

Yangyang: Chưa. Nhưng nghe nói là ngon lắm.

Mai Hoa　　: Hay quá. Vậy, cuối tuần này đi đi.
　　　　　　Chị đừng quên nhé!

liên hoan: 회식하다
xa 멀다
quên 잊다

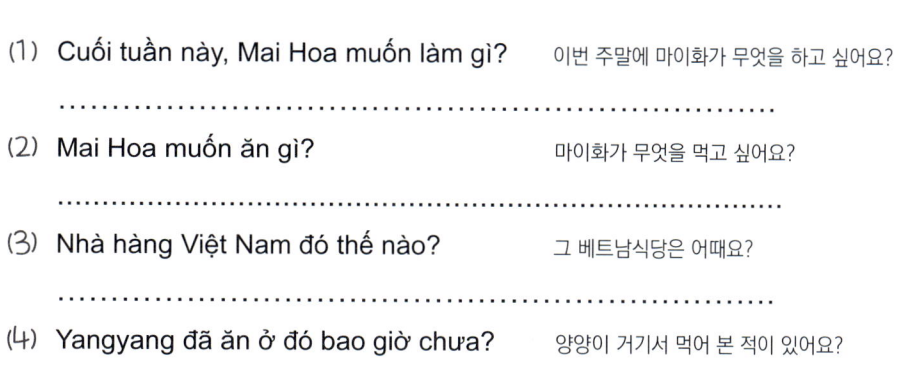

(1) Cuối tuần này, Mai Hoa muốn làm gì?　　이번 주말에 마이화가 무엇을 하고 싶어요?
　　..

(2) Mai Hoa muốn ăn gì?　　마이화가 무엇을 먹고 싶어요?
　　..

(3) Nhà hàng Việt Nam đó thế nào?　　그 베트남식당은 어때요?
　　..

(4) Yangyang đã ăn ở đó bao giờ chưa?　　양양이 거기서 먹어 본 적이 있어요?
　　..

Luyện phát âm 발음연습

Nghe và đọc theo.
듣고 따라 읽으세요.

(1) Nghe nói

(2) Quyết định

(3) Tất nhiên

(4) Hầu như

(5) Lập gia đình

(6) Học bài

(7) Người nước ngoài

(8) Ngoại ngữ

(9) Bừa bộn

(10) Đúng giờ

8과 문법익히기 답안

Ngữ pháp 1.
문법 1.

(1)
A: Minkuk ăn cơm chưa?
B: Rồi. Minkuk ăn cơm rồi.

(2)
A: Yuko mua nhà chưa?
B: Rồi. Yuko mua nhà rồi.

(3)
A: Học sinh đã học bài chưa?
B: Chưa. Học sinh chưa học bài.

(4)
A: Yangyang dậy chưa?
B: Chưa. Yangyang chưa dậy.

Ngữ pháp 3.
문법 3.

01

(1) Anh có biết giám đốc ở đâu không?

(2) Cậu có biết / hiểu giáo viên nói gì không?

(3) Anh có biết bao giờ anh Minh đến đây không?

02

(1) - (d)

(2) - (f)

(3) - (b)

(4) - (e)

(5) - (g)

(6) - (a)

(7) - (c)

Ngữ pháp 5.
문법 5.

(1) ① Chị hãy làm việc chăm chỉ.
    ② Chị đừng lười.
    ③ Chị không được lười.

(2) ① Ông hãy đi ngủ sớm.
    ② Ông đừng đi ngủ muộn.
    ③ Ông không được đi ngủ muộn.

(3) ① Em học bài đi.
    ② Em đừng chơi / lười học.
    ③ Em không được lười học.

(4) ① Bà hãy tiết kiệm.
    ② Bà đừng lãng phí.
    ③ Bà không được lãng phí.

Luyện nói.
말하기 연습.

(1) B: Ngày mai chúng ta gặp đi.

(2) B: Chúng ta đi đến đó ăn phở đi.

(3) B: Anh đi nghỉ đi.

(4) B: Em dọn phòng đi.

Luyện đọc và viết.
읽고 쓰기 연습.

(1) Cuối tuần này, Mai Hoa muốn đi liên hoan

(2) Mai Hoa muốn ăn món ăn Việt Nam.

(3) Nhà hàng đó ngon.

(4) Chưa. Yangyang chưa ăn ở đó bao giờ.

UNIT 9

Bài 9. Cho 1 phở bò xào và 1 cơm chiên hải sản.
9과: 볶음 쌀국수 하나, 해산물 볶음밥 하나 주세요.

Kết cấu 'cho' + 'động từ'	'cho' (사람) + 동사
Các biểu hiện thường dùng trong quán ăn	식당에서 자주 쓰는 표현
Từ vựng ẩm thực	음식관련 표현
Cách dùng từ chỉ phương tiện 'bằng'	수단, 소재, 방법를 가르키는 표현 :~(으)로

Track 43

Hội thoại

Phục vụ: Mời anh chị vào.
Anh chị dùng gì ạ?
Mai Hoa: Cho chị xem thực đơn.
Phục vụ: Dạ, menu đây ạ.
Mai Hoa: Em ơi, ở đây có món gì ngon?
Phục vụ: Dạ, ở đây món nào cũng ngon ạ.
Mai Hoa: Thế à? Chờ một chút nhé!

Mai Hoa: Em ơi. Cho gọi món.
Cho 1 phở xào và 1 cơm chiên hải sản.
À, phở xào đừng cho rau thơm nhé!
Phục vụ: Vâng. Anh chị dùng đồ uống gì ạ?
Minkuk: Cho 1 chai bia và 1 ly sinh tố dâu.

Minkuk: Em ơi, tính tiền. Tất cả là bao nhiêu?
Phục vụ: Tất cả là hai trăm mười nghìn ạ.
Minkuk: Thanh toán bằng thẻ được không?
Phục vụ: Được ạ.

Kiểm tra nội dung hội thoại
본문 확인하기

본문을 읽고 다음 질문에 답하세요

> Nhà hàng có món gì ngon?
> Mai Hoa và Minkuk gọi những món gì?
> Mai Hoa có ăn được rau thơm không?
> Minkuk muốn thanh toán như thế nào?

những~: ~들 (복수)
như thế nào = thế nào: 어떻게

종업원 :	어서 오세요.
	무엇을 드시겠습니까?
마이화 :	메뉴를 보여 주세요.
종업원 :	네, 메뉴 여기 있습니다.
마이화 :	저기요, 여기는 어떤 음식이 맛있어요?
종업원 :	예, 여기는 모든 음식은 맛있습니다.
마이화 :	그래요? 잠시만요!
마이화 :	저기요, 주문할게요.
	볶음 쌀국수 하나, 해산물 볶음밥 하나 주세요.
	아, 볶음 쌀국수에 향채를 넣지 마세요!
종업원 :	네. 두분 어떤 음료수를 드시겠습니까?
민국:	맥주 한 병과 딸기주스 한 잔 주세요.
민국:	저기요, 계산해 주세요. 모두 얼마예요?
종업원 :	모두 이십일만동입니다.
민국:	카드로 계산해도 될까요?
종업원 :	됩니다.

Dùng	드시다 / 사용하다	**Gọi món**	(음식을) 주문하다	**Tính tiền**	(돈) 계산하다
Cho (사람) +동사	(사람이) 동사하게 해준다	**Phở xào**	볶음 쌀국수	**Dâu** (tây)	딸기
Cho (사람) +명사	(사람에게) 명사를 준다	**Cơm chiên**	볶음밥	**Thanh toán**	계산하다
Thực đơn	메뉴	**Hải sản**	해산물	**Bằng**	~(으)로
Chờ	기다리다	**Rau thơm**	향채	**Thẻ**	카드
		Đồ uống	음료		

Ngữ pháp 1
문법 1

Cho (누구) + động từ.
(누구) 에게 ~하게 해 준다.

1 Cho (사람) + 동사: 사람이 ~하게 해 준다.

A: Anh chị dùng gì ạ?
두 분은 뭐 드시겠습니까?

B: Cho chị xem thực đơn.
(언니/누나가) 메뉴를 보게 해주세요 (보여 주세요).

> dùng
> 드시다 / 사용하다

Cho chúng tôi gặp giám đốc   (우리가) 사장을 좀 만나게 해주세요.
Cho chị gọi món.   주문하게 해주세요 (주문할게요).
Cho tôi vào.   저 좀 들어가게 해주세요
Sếp cho nhân viên nghỉ   상사가 직원이 쉬게 (허락)해 준다

- 'Cho (사람) + 동사' 구문은 주로 사람이 동사하게끔 요청하거나 허락할 때 사용합니다.
  주의: 여기서 cho 뒤에 오는 사람이 동사의 주체입니다. 경우에 따라 사람이 생략될 수 있습니다.

2 Cho (사람) + 명사: (사람에게) 명사를 준다.

Cho 1 phở xào và 1 cơm chiên hải sản.   쌀국수 볶음 하나와 해산물 볶음밥 하나 주세요.
Cho 1 chai bia và 1 sinh tố dâu.   맥주 1병과 딸기주스 하나 주세요.

Tham khảo thêm: 참고 표현

1 bát cơm, 1 tô cơm (북쪽): 밥 한 그릇

1 chén cơm, 1 tô cơm (남쪽): 밥 한 그릇

1 đĩa phở xào: 쌀국수 볶음 한 접시

1 suất : 1인분      2 suất : 2인분

Từ vựng / 어휘
Món ăn, đồ uống / 음식, 음료

1. Món ăn 음식

Track 44

(1) **Phở bò**: 소고기쌀국수
    Phở gà: 닭고기쌀국수

(2) **Phở xào** 쌀국수 볶음

(3) **Mì xào**: 라면 볶음

(4) **Cơm chiên hải sản**: 해산물 볶음밥

(5) **Lẩu**: 샤브샤브

(6) **Bún chả**

(7) **Nem** (북쪽) / **Chả giò** (남쪽)

(8) **Phở cuốn** (북쪽) / **Gỏi cuốn** (남쪽)

(9) **Cơm sườn**: 갈비덮밥

(10) **Xôi**

(11) **Thịt lợn** (북쪽): 돼지고기
     Thịt heo (남쪽)
     Thịt bò: 소고기
     Thịt gà: 닭고기

(12) **Cá**: 생선

Từ vựng 어휘

Món ăn, đồ uống 음식, 음료

2. Đồ uống 음료

(1) Nước suối: 생수

(2) Trà: 차

(3) Nước ngọt: 청량음료

(4) Sinh tố hoa quả (북쪽): 과일주스
Sinh tố trái cây (남쪽)
Sinh tố dâu: 딸기주스

(5) Nước hoa quả / Nước trái cây: 과일즙, 과일주스
Nước cam: 오렌지즙

(6) Sữa: 우유

(7) Kem: 아이스크림

(8) Cà phê đen: 블랙커피
Cà phê đen nóng: 핫 블랙커피
Cà phê sữa: 밀크커피
Cà phê sữa đá: 아이스 밀크커피

3. Hoa quả, rau củ … 과일, 채소 등

 Track 45

(1) Dưa hấu: 수박

(2) Dứa (북쪽)
Trái thơm (남쪽)

(3) Táo: 사과

(4) Xoài: 망고

(5) Khoai: 고구마

(6) Ngô: 옥수수

(7) Rau thơm: 향채

문법 익히기

Thực hành

Dựa vào bảng giá để thực hành gọi món.
메뉴를 보고 음식주문연습을 해 보세요.

MENU	Giá
Phở gà	40.000 đồng.
Phở bò	40.000 đồng.
Bánh xèo	50.000 đồng.
Bún chả	55.000 đồng.
Cơm sườn	60.000 đồng / suất.
Nem	50.000 đồng / suất.
Lẩu	70.000 đồng / suất.
Đồ uống	
Sinh tố hoa quả	45.000 đồng.
Sữa chua	30.000 đồng.
Bia Hà Nội	25.000 đồng.
Cà phê	35.000 đồng.

giá
가격

 Vị. 맛 표현

ngon	맛있다	**nhạt**	싱겁다
chua	시다	**đắng**	쓰다
cay	맵다	**loãng**	연하다
mặn	짜다	**đậm (đà)**	진하다
ngọt	달다		

Mở rộng. 표현 넓히기

Các biểu hiện dùng trong nhà hàng
식당에서 쓰는 표현

Track 46

> món gì cũng ngon
> 다 맛있다 (8과 문법4 참고)

(1) Ở đây có món gì ngon? — 여기는 무슨 음식이 맛있어요?
Ở đây, món gì cũng ngon. — 여기는 모든 음식이 맛있어요.

> đặc biệt
> 특별하다

(2) Hôm nay có món gì đặc biệt? — 오늘은 특선음식이 뭐예요?
Hôm nay có nem rất ngon ạ. — 오늘은 냄이 아주 맛있습니다.

> thêm 추가
> cho thêm ~: ~더 준다

(3) Cho thêm 2 suất cơm sườn. — 갈비덮밥 2인분을 더 주세요

> 동사 + trước: 먼저 ~한다
> 동사 + sau: 나중에 ~한다

(4) Cho súp hải sản trước. — 해산물수프 먼저 주세요
Hai bánh xèo sau. — 바잉쌔오 2개 나중에 주세요

> đừng cho
> ~넣지 마세요/ ~주지 마세요.

(5) Phở đừng cho rau thơm nhé! — 쌀국수에 향채를 넣지 마세요

> hóa đơn
> 영수증

(6) Cho tôi hóa đơn. — 영수증을 주세요

> món tráng miệng
> 디저트

(7) Anh chị dùng món tráng miệng gì?
디저트 뭘로 드시겠습니까?

Cho một đĩa hoa quả và 2 kem.
과일 한 접시와 아이스크림 2개 주세요

(8) Tính tiền / Thanh toán — 계산하다

> khao 쏘다
> trả (돈을) 내다

(9) Hôm nay, tôi khao — 오늘 내가 쏠게요
Hôm nay, tôi trả — 오늘 내가 낼게요

Ngữ pháp 2 / 문법 2

'bằng ~'
'~(으)로': 수단, 방법, 소재를 나타내는 표현

---

1 Phương tiện, phương pháp 수단, 방법

Thanh toán bằng thẻ, được không? 카드로 계산해도 돼요?

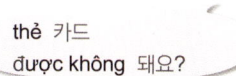
thẻ 카드
được không 돼요?

Nói bằng tiếng Việt. 베트남어로 말하다.

Người Việt Nam ăn cơm bằng gì? 베트남사람은 뭘로 밥을 먹어요?
Người Việt Nam ăn cơm bằng đũa. 베트남사람은 젓가락으로 밥을 먹어요.

đũa
젓가락

Đi làm bằng xe buýt. 버스로 출근하다.

Anh vào đây bằng cách nào? 여기에 어떤 방법으로(어떻게) 들어와요?

cách
방법, 방식

---

2 Chất liệu. 소재

Nhà làm bằng gỗ.
이 집은 목재로 만들다.

Áo làm bằng gì?
옷은 뭘로 만들어요?

Áo làm bằng vải.
옷은 천으로 만들어요.

Cốc bằng nhựa / Cốc nhựa
플라스틱으로 된 컵 / 플라스틱 컵

Chất liệu	소재
gỗ	나무, 목재
vải	천, 옷감
nhựa	플라스틱
sắt	철, 쇠
thép	철근
thủy tinh	수정
kính	유리, 안경

Luyện nghe 듣기연습

1. Nghe hội thoại. Đánh dấu O vào câu đúng, X vào câu sai.
회화를 듣고 맞으면 O, 틀리면 X.

Tại quán lẩu 샤브샤브집에서

(1) Món đặc biệt của nhà hàng là lẩu hải sản.
(2) 2 người khách muốn ăn cay.
(3) Món lẩu rất ngon.
(4) 2 suất lẩu hải sản là 400.000
(5) 2 người khách muốn hóa đơn.

2. Nghe và trả lời câu hỏi.
듣고 질문에 답을 쓰세요.

(1) A: Anh đi về nhà bằng gì?

   B: ……………………………………………

(2) A: Mai Lan và Jack nói chuyện bằng tiếng Việt hay tiếng Anh?

   B: ……………………………………………

(3) A: Anh ăn cơm bằng gì?

   B: ……………………………………………

(4) A: Bàn làm bằng gì?

   B: ……………………………………………

(5) A: Ở đây có bát thủy tinh không?

   B: ……………………………………………

Luyện nói 말하기 연습

Nhìn tranh. Dùng mẫu 'cho + động từ' và từ thích hợp để miêu tả tình huống trong tranh.
그림을 보고 'cho + 동사' 와 알맞는 표현을 사용하여 그림의 상황을 묘사하세요.

〈보기〉

Con nói với bố:
자녀가 아버지에게 말한다.

"Bố ơi, cho con đi chơi bóng đá"
"아빠, 제가 축구하러 가게 해주세요"

(1)

Con muốn ăn. Con nói với mẹ:
아이가 먹고 싶다. 아이가 어머니에게 말하다:

……………………………………………………………………

(2)

Nam muốn mua 5 quả táo. 남이 사과 5개를 사고 싶다.

Nam nói với người bán: 남이 파는 사람에게 말하다:

……………………………………………………………………

(3)

dùng
사용하다

Mai Hoa muốn dùng máy tính của Yuko.
마이화가 유코의 컴퓨터를 사용하고 싶다.

Mai Hoa nói với Yuko: 마이화가 유코에게 말하다:

……………………………………………………………………

chủ nhà
집주인

(4)

Nick muốn xem phòng. Nick nói với chủ nhà:
닉이 방을 구경하고 싶다. 닉이 집주인에게 말하다:

……………………………………………………………………

(5)

Yangyang mệt nên muốn nghỉ. 양양이 피곤해서 쉬고 싶다.

Yangyang nói với giáo sư: 양양이 교수님에게 말하다:

……………………………………………………………………

Luyện viết và nói 쓰고 말하기 연습

Đọc và trả lời câu hỏi ở dưới.
읽고 아래 질문에 답하세요.

Giới thiệu về phở.
쌀국수에 대해 소개하다.

Phở là món ăn truyền thống của Việt Nam.
Người Việt Nam hầu như ai cũng thích ăn phở.
Ở Việt Nam, có nhiều loại phở. Vị và cách ăn cũng rất đa dạng.
Chẳng hạn, phở Hà Nội đậm đà, thường ăn kèm với các loại rau thơm.
Phở miền Trung thường có vị cay. Còn phở miền Nam có vị hơi ngọt.
Người Việt Nam thường ăn sáng bằng phở.
Trước đây, giá 1 bát phở chỉ khoảng 10.000.
Nhưng hiện nay, giá 1 bát phở đã tăng lên nhiều.
Khách du lịch nước ngoài cũng rất thích ăn phở Việt Nam.
Hầu như ai đến Việt Nam cũng muốn ăn thử phở.

truyền thống 전통	**chẳng hạn** 가령	**tăng lên** 증가하다
loại 종류	**ăn kèm với~:** ~와 곁들여 먹는다	**khách du lịch** 여행객
cách ăn 먹는 방법	**miền Trung** 중부지방	**ăn thử** 먹어보다
đa dạng 다양하다	**trước đây** 예전에	

(1) Phở là món ăn truyền thống của nước nào? 쌀국수는 어느 나라의 전통음식입니까?
....

(2) Phở ở đâu có vị cay? 어디 (어떤 지방)의 쌀국수가 매운 맛이 납니까?
....

(3) Hiện nay, giá một bát phở thế nào? 현재, 쌀국수 한 그릇의 가격이 어떻습니까?
....

(4) Bạn đã ăn thử phở Việt Nam chưa? 당신은 베트남 쌀국수를 먹어 봤습니까?
....

Luyện phát âm 발음 연습

Nghe và đọc theo
듣고 따라 읽으세요

Track 49

(1) Suất

(2) Rau thơm

(3) Đĩa

(4) Bánh cuốn

(5) Nước suối

(6) Ngon / Ngọt

(7) Loãng

(8) Đậm đà

(9) Món tráng miệng

(10) Bằng, đắng

9과 문법익히기 답안

Luyện nói.
말하기 연습.

(1) Con nói với mẹ:
   "Mẹ ơi, cho con ăn cái này".

(2) Người mua nói với người bán:
   "Cho tôi mua5 quả táo".

(3) Mai Hoa nói với Yuko:
   "Cho em dùng máy vi tính một chút".

(4) Nick muốn xem phòng. Nick nói với chủ nhà:
   "Cho tôi xem phòng"

(5) Yangyang mệt nên muốn nghỉ. Yangyang nói với giáo sư:
   "Cô ơi, cho em nghỉ hôm nay".

Luyện đọc và viết.
읽고 쓰기 연습.

(1) Phở là món ăn truyền thống của Việt Nam.

(2) Phở miền Trung có vị cay.

(3) Hiện nay, giá một bát phở đã tăng lên nhiều.

(4) Rồi. Tôi đã ăn phở Việt Nam rồi./ Chưa. Tôi chưa ăn phở Việt Nam bao giờ.

3. 여행지

> 베트남 문화 엿보기

- 유명 관광지: 북쪽 (하노이, 하롱베이, 사파, 땀꼭 등),
  중부지방 (후에, 다낭, 호이안, 냐짱, 무이네, 다랏 등),
  남쪽 (호치민, 붕따우, 꼰따오, 푸꿕 등)

Nhà thờ Đức Bà. Tp. Hồ Chí Minh

Nhà thờ Đức Bà. Tp. Hồ Chí Minh

Quảng trường UBND Tp. Hồ Chí Minh

Nhà hát lớn Tp. Hồ Chí Minh

Bến Nhà Rồng. Tp. Hồ Chí Minh

Văn Miếu Quốc Tử Giám. Hà Nội

Văn Miếu Quốc Tử Giám. Hà Nội

Tháp Rùa. Hà Nội

Cầu Thê Húc. Hà Nội

Vịnh Hạ Long. Quảng Ninh

Vịnh Hạ Long. Quảng Ninh

UNIT 10

Bài 10. Cái này bao nhiêu tiền?
10과. 이것이 얼마예요?

Cách hỏi giá cả các loại mặt hàng   가격 묻기
Tranh phục, từ chỉ màu sắc   의상, 색깔
Các cách so sánh   비교법

Track 50

Hội thoại 1

Mary:	Anh ơi, quả này tiếng Việt gọi là gì?
Người bán:	Quả bưởi. Ngon lắm.
Mary:	Bao nhiêu tiền một cân?
Người bán:	20.000 đồng một quả. Ba quả 50.000 đồng.
Mary:	Bán cho em ba quả.
	Còn kia là quả gì?
Người bán:	Quả thanh long. Ngọt lắm, 60.000 một cân.
Mary:	Sao đắt thế? Bớt chút đi!
Người bán:	Bớt cho em 5000. Lần sau lại mua cho anh nhé!

Kiểm tra nội dung hội thoại 1
본문 확인하기 1

본문을 읽고 다음 질문에 답하세요

> Mary mua những quả gì?
> Mary mua mấy quả bưởi?
> Người bán bớt bao nhiêu cho Mary?

마리 : 오빠, 이 과일은 베트남어로 뭐라고 불러요?

파는 사람 : 자몽이라고 해요. 아주 맛있어요.

마리 : 1킬로 얼마예요?

파는 사람 : 한 개에 이만동. 세 개에 오만동.

마리 : 세개를 (팔아)주세요.
저 과일은 무슨 과일이에요?

파는 사람 : 용과예요. 아주 달아요. 1킬로 육만동.

마리 : 왜 그리 비싸요? 조금 깎아 주세요!

파는 사람 : 동생(손님)에게 오천동 깎아 줄게요. 다음에 또 (오빠에게) 사줘요!

Bán	팔다	**(Quả) bưởi**	자몽	**동사 + cho (사람)**	(사람)에게 동사해준다
Gọi	부르다	**(Quả) thanh long**	용과		**cho**: 전치사 '에게'
Gọi là gì?	뭐라고 불러요?	**Bớt**	깎다	**Bớt cho em**	동생에게 깎아준다
Quả	과일 종별사	**Chút = một chút**	조금	**Lần sau**	다음에, 다음번

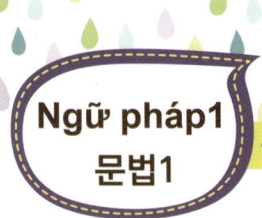

Chủ ngữ + 'gọi là gì'?
(주어)이/가 뭐라고 불러요?

Cái kia tiếng Việt gọi là gì? 저것은 베트남어로 뭐라고 불러요?

Quả này tiếng Việt gọi là gì? 이 과일은 베트남어로 뭐라고 불러요?
Quả này tiếng Việt gọi là quả thanh long. 이 과일은 베트남어로 타잉롱이라고 불러요.

 **Tham khảo thêm.** 다음 표현을 참고하세요.

nghĩa 의미, 뜻

'Yêu' (có) nghĩa là gì?
'Yêu'는 무슨 뜻입니까?

'Yêu' (có) nghĩa là '사랑하다'
'Yêu' 는 '사랑하다'라는 뜻입니다.

Động từ + 'cho' + 사람
동사 + cho + 사람

동사 + cho + 사람
사람에게 동사해 준다

quả 과일단위

Bán cho em 3 quả. 손님 : 동생에게 3개를 (팔아) 주세요.

Bớt cho em 5000. 주인 : 동생에게 오천동을 깎아 준다.

Lần sau lại mua cho chị nhé! 주인 : 다음번에 언니/누나에게 또 사주세요!

● Từ 'cho' trong kết cấu 'động từ + cho' đóng vai giới từ.

'cho'가 동사 뒤에 위치하면 **전치사 '~에게'** 입니다. **동사 + cho + 사람** 구문에서 사람은 동사의 객체가 됩니다.

주의: 'cho + (사람) 동사' 구문에서 **cho**가 **동사 '주다'** 이며 사람이 동사의 주체라는 점에서 구별됩니다.(9과 참고)

문법 익히기 — Thực hành

Nhìn tranh và thực hành theo mẫu.
그림을 보고 〈보기〉와 같이 하세요.

gửi 보내다
thư 편지

〈보기〉

Hoa, gửi thư, bạn trai

Hoa gửi thư cho bạn trai.
화가 남자친구에게 편지를 보내다.

(1)

Lan, gọi điện, Minh

gọi điện
전화걸다

……………………………………………………

(2)

bánh mỳ
빵

Mẹ, mua bánh mỳ, con

Con: ……………………………………
Mẹ: Không được.

(3)

rửa bát
설거지하다

Chồng, rửa bát, vợ

……………………………………………………

(4)

lấy
얻다/ 취득하다/ 가지고 오다

Em, lấy một cốc cà phê, anh

Chồng: ……………………………………

(5)

đóng 닫다
cửa sổ 창문
lạnh 춥다

Em, đóng cửa sổ, chị

Chị: Lạnh quá. ……………………………

Mở rộng 1 표현 넓히기 1

Các biểu hiện dùng trong mua sắm 1
쇼핑할 때 자주 쓰는 표현 1

(1) Cái này bao nhiêu tiền?
이것은 얼마예요?

Một trăm năm mươi nghìn.
십오만동.

(2) Bao nhiêu tiền một cân táo?
사과 일킬로 얼마예요?

Năm mươi nghìn một cân.
일킬로 오만동.

(3) A: Sao đắt thế?
왜 그리 비싸요?

    thì ~하면
    bao nhiêu thì 얼마면
    mua được 살 수 있다

Bớt chút đi!
좀 깎아 주세요!

B: Bao nhiêu thì mua được?
얼마면 살 수 있어요?

A: 100.000 đồng 1 cân, được không?
일킬로 십만동 돼요?

được không?
됩니까? / 가능합니까?

(4) A: Em mua gì?
무엇을 사요?

B: Cho em 2 quả dưa hấu.
수박 2개 주세요.

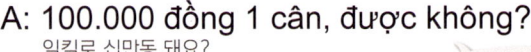

문법익히기   Thực hành

Các học viên thực hành mua bán hoa quả với nhau.
학습자가 과일을 사는 상황극으로 연습하세요.

Hội thoại 2

Hồng Vân:	Chị ơi, cho em xem chiếc váy kia.
Người bán:	Chị muốn xem màu nào?
Hồng Vân:	Màu xanh da trời.
Người bán:	Đây ạ. Chị xem đi. Có cả màu khác nữa.
Hồng Vân:	Mặc thử được không chị?
Người bán:	Vâng. Phòng thử ở đằng kia ạ.
Hồng Vân:	Hơi chật. Em phải mặc cỡ lớn hơn. Có cỡ lớn hơn không?
Người bán:	Vâng. Có cả size M và size L.
Hồng Vân:	Cho em size M. May quá. Vừa. Cái này bao nhiêu tiền?
Người bán:	500 nghìn.
Hồng Vân:	Đắt thế? Có bớt được không?
Người bán:	Xin lỗi. Cửa hàng bán đúng giá. Chị đừng mặc cả.

Kiểm tra nội dung hội thoại 2
본문 확인하기 2

회화에 관한 다음 질문에 답하세요

Hồng Vân muốn xem cái gì?
Hồng Vân phải mặc cỡ nào?
Người bán có bớt cho Hồng Vân không?

홍번: 언니, 저 치마 좀 보여주세요.
판매원: 무슨 색깔 보고 싶어요?
홍번: 하늘색.
판매원: 여기 있어요. 보세요. 다른 색도 있어요.
홍번: 입어 봐도 돼요?
판매원: 네. 탈의실이 저쪽에 있어요.
홍번: 좀 끼네요. 전 더 큰 사이즈를 입어야 해요. 더 큰 사이즈 있어요?
판매원: 네. M사이즈와 L사이즈 다 있어요.
홍번: M 사이즈 주세요.
다행이다. 맞네요. 이거 얼마예요?
판매원: 오십만동
홍번: 왜 그리 비싸요? 깎아줄 수 있어요?
판매원: 죄송합니다. 가게가 정가로 판매해요. 흥정하지 마세요.

Váy	치마	Mặc thử	입어보다	Lớn	크다
Màu	색깔	Phòng thử	탈의실	Hơn	더
Màu xanh da trời	하늘색	Đằng kia	저쪽	May	다행이다
Có cả ~ nữa	~도 있다	Chật	끼다, 작다	Vừa	딱맞다
Mặc	입다	Phải + 동사	~해야한다	Cửa hàng	가게
동사 + thử	~해보다	Cỡ	사이즈	Đúng giá	정가

Từ vựng / 어휘
Trang phục / 의상

(1)
Quần bò, áo sơ mi, com lê
: 청바지, 셔츠, 양복

(2)
Giày (giày cao gót, giày thể thao), dép
: 신발, 힐, 운동화, 슬리퍼

(3)
Tất (북부)
Vớ (남부)
: 양말

(4)
Kính (북부)
Kiếng (남부)
: 안경

(5)
Mũ (북쪽)
Nón (남쪽)
: 모자

(6)
Ô (북쪽)
Dù (남쪽)
: 우산

(7)
Vòng tay, vòng cổ, nhẫn
: 팔찌, 목걸이, 반지

(8)
Váy (북부)
Đầm (남부)
: 치마, 원피스

(9)
Khăn
: 목도리, 스카프, 수건

Từ vựng 어휘
Động từ, Màu sắc 동사, 색깔

1. Động từ 동사

Chị Linh mặc áo sơ mi và quần bò, đội mũ, đi giày cao gót, đeo kính, quàng khăn.

링씨가 셔츠와 청바지를 입고, 모자를 쓰고 힐을 신고, 안경을 쓰고 스카프를 두른다.

Mặc (입다) : quần áo, váy / đầm
Cởi / bỏ (벗다) : quần áo, giày, dép, mũ, kính, khăn
Đi (신다) : giày, dép, tất /vớ
Đội (쓰다) : mũ, nón
Quàng (두르다) : khăn
Đeo (쓰다, 걸다, 차다) : kính /kiếng, vòng, đồng hồ

Linh

2. Màu sắc 색깔

Màu trắng

Màu đen

Màu bạc

Màu đỏ

Màu hồng

Màu xám

Màu xanh

Màu vàng

Màu tối

Xanh da trời

Màu tím

Màu sáng

Xanh lá cây

Màu nâu

Mở rộng 2   표현 넓히기 2

Các biểu hiện dùng trong mua sắm 2
쇼핑할 때 자주 쓰는 표현 2

(1) Người bán: chị tìm gì ạ?
     판매원: 언니, 무엇을 찾으세요?

   Người mua: em muốn mua 1 cái váy.
   사는 사람 (손님): 저는 치마 하나를 사고 싶어요.

(2) Người bán: chị tìm gì ạ?
                언니, 무엇을 찾으세요?

   Người mua: Tôi chỉ xem thôi.
                저는 보기만 해요.

(3) Người mua: Cho em xem cái màu xanh da trời.
                저에게 하늘색 옷을 보여 주세요.

   Người bán: Vâng. Chị xem đi. Có cả màu khác nữa.
                네, 보세요 언니. 다른 색도 있습니다.

cả ~ nữa
~도 해당되다
~도 포함되다

(4) Người mua: Mặc thử được không ạ?
                입어 봐도 돼요?

   Người bán: Vâng. Phòng thử ở đằng kia ạ.
                네. 탈의실은 저쪽에 있습니다.

vừa (싸이즈가) 맞다
chật 끼다, 작다
rộng 헐렁하다
lớn hơn 더 큰
nhỏ hơn 더 작은

(5) Người bán: Có vừa không chị?
                잘 맞으세요, 언니?

   Người mua: Hơi chật / Hơi rộng.
                좀 작아요 / 좀 커요.

                Có cỡ lớn hơn không / Có cỡ nhỏ hơn không?
                더 큰 사이즈 있어요?   / 더 작은 사이즈 있어요?

(6) Người mua: Có bớt được không?
                깎을 수 있어요?

   Người bán: Không ạ. Cửa hàng chúng tôi bán đúng giá.
                안 됩니다. 우리 가게는 정가로 판매합니다.

                Chị đừng mặc cả.
                흥정하지 마세요.

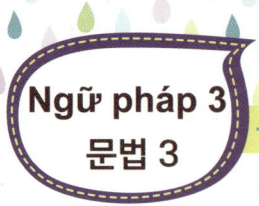

Cách nói so sánh
비교

1 So sánh ngang bằng 동등비교

A + 서술어 + bằng B
A는 B만큼 ~하다

A + bằng + 명사 + B
A는 B와 ~ 같다

hoa hậu
미스 (진)

Vợ tôi đẹp bằng hoa hậu Việt Nam.
내 와이프는 베트남 미스 만큼 예쁘다.

Minh bằng tuổi Hằng.
밍과 항이 나이가 같다.

Linh học giỏi bằng Mai.
링은 마이 만큼 공부 잘하다.

Tivi bằng giá máy tính.
티비와 컴퓨터가 가격이 같다.

● So sánh kém 열등비교

A + không + 서술어 + bằng B
A는 B만큼 ~하지 않다.

Phòng khách không rộng bằng phòng ngủ.
객실은 침실 만큼 넓지 않다.

phòng khách 객실
phòng ngủ 침실

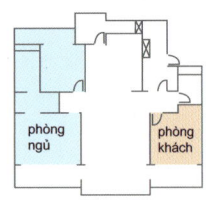

Xe đạp không nhanh bằng xe máy.
자전거는 오토바이 만큼 빠르지 않다.

Vợ: Anh tiêu nhiều tiền quá.
아내: 오빠는 돈을 너무 많이 써요.

tiêu tiền
돈을 쓰다

Chồng: Không tiêu nhiều bằng em.
남편: 당신 만큼 많이 쓰지 않아요.

2. So sánh hơn. 비교급

A + 서술어 + hơn B
A는 B보다 ~하다

A: Tôi và cô ấy, ai đẹp hơn?
나와 그 여자, 누가 더 예뻐요?

B: Tất nhiên là em đẹp hơn cô ấy.
당연히 당신은 그 여자보다 예뻐요.

3. So sánh nhất. 최상비교

A + 서술어 + 'nhất'
A가 가장 ~ 하다

Trong gia đình, bố già nhất.
가족 중에, 아버지가 가장 늙다 (나이가 많다).

trong~ : ~중에
già: 늙다

sành điệu 멋진, 세련된
người sành điệu nhất 가장 멋쟁이

Trong chúng tôi, Châu là người sành điệu nhất.
우리 중에, 쩌우가 가장 멋쟁이다.

   Thực hành

Nhìn tranh và đặt câu theo mẫu.
그림을 보고 <보기>와 같이 비교문장을 만드세요.

〈보기1〉 ***Con trai, ăn ít, bố***
　　　　아들,　조금 먹다, 아버지

❶ Con trai ăn ít hơn bố.
　 아들이 아버지보다 조금 먹다.

❷ Con trai không ăn nhiều bằng bố.
　 아들이 아버지 만큼 많이 먹지 않다.

〈보기2〉 **Lớp tiếng Việt, giỏi, Nga**
베트남어 수업,   잘하다,   응아

lớp
반, 수업

A: Trong lớp tiếng Việt, ai giỏi nhất?
베트남어수업 중에, 누가 가장 잘해요?

B: Trong lớp tiếng Việt, Nga giỏi nhất.
베트남어수업 중에, 응아 가장 잘해요.

(1) **Túi xách, đắt, giày**   가방, 비싸다, 구두

   ❶ Túi xách……………………………………
   ❷ ……………………………………………

(2) **Mạnh, thông minh, Hải**   마잉, 똑똑하다, 하이

   ❶ Mạnh ……………………………………
   ❷ ……………………………………………

(3) **Tôi, thích sinh tố trái cây, trà**   나, 과일주스, 차

   ❶ Tôi ……………………………………
   ❷ ……………………………………………

(4) **Thìn, đẹp trai, Tuấn**   틴, 잘생겼다, 뚜언

   ❶ Thìn ……………………………………
   ❷ ……………………………………………

(5) **công ty, chăm chỉ, anh Lee**   회사, 열심히/부지런하다, 이씨

   A: Ở công ty, ………………………………………
   B: ……………………………………………………

loại 종류

(6) **các loại hoa quả, thích, cam**   각종과일, 좋아하다, 오렌지

   A: Trong các loại hoa quả ………………………
   B: ……………………………………………………

Luyện nghe 듣기연습

1. **Nghe và liên kết tên với hình vẽ phù hợp.**
듣고 사람 이름과 알맞은 그림을 연결하세요.

Track 56

- Phương
- Huy
- Lan
- Mạnh

2. **Nghe và trả lời câu hỏi dưới đây.**
듣고 질문에 답을 쓰세요.

Track 57

nam 남
nữ 여

(1) Phòng có mấy nhân viên nam và mấy nhân viên nữ?
……………………………………………………………..

(2) Quân và Huy, ai nhiều tuổi hơn?
……………………………………………………………..

(3) Vì sao các nhân viên nữ thích Quân hơn?
……………………………………………………………..

(4) Quân và Huy, ai cao hơn?
……………………………………………………………..

(5) Trong các nhân viên nữ, ai nhiều tuổi nhất?
……………………………………………………………..

(6) Hà và Loan, ai sành điệu hơn?
……………………………………………………………..

Luyện nói 말하기 연습

Bạn sẽ nói thế nào trong các trường hợp sau đây.
다음 상황에 어떻게 이야기할까요?

〈보기〉
Bạn muốn mặc thử quần bò.
당신은 청바지를 입어보고 싶다.

➡ ❶ Cho tôi mặc thử quần bò.
    청바지를 입어보게 해주세요.
❷ Tôi mặc thử quần bò được không?
    청바지를 입어봐도 돼요? / 청바지를 입어볼 수 있어요?

(1) *Bạn muốn người bán bớt cho.*
    당신은 파는 사람이 깎아주는 것을 원한다.

   ➡ _____

(2) *Bạn không mặc vừa cỡ S, bạn muốn mặc thử cỡ lớn hơn.*
    당신은 S사이즈가 안 맞아서 더 큰 사이즈를 입어보고 싶다.

   ➡ _____

> nhìn thấy
> 보이다

(3) *Bạn muốn mua áo dài màu vàng nhưng không nhìn thấy.*
    당신은 노란색 아오자이를 사고 싶은데 노란색 아오자이가 안 보인다.

   ➡ _____

> loại
> 종류

(4) *Bạn muốn biết tên tiếng Việt của một loại quả.*
    당신은 한 과일의 베트남이름을 알고 싶다.

   ➡ _____

> mình
> 자기, 자신

(5) *Bạn muốn người yêu gọi điện sớm cho mình.*
    당신은 애인이 당신에게 빨리 전화해 주는 것을 원한다.

   ➡ _____

Luyện phát âm 발음연습

Nghe và đọc theo.
듣고 따라 읽으세요.

(1) Quả thanh long

(2) Bớt chút đi

(3) Nghĩa

(4) Rửa bát

(5) Màu xanh da trời

(6) Bán đúng giá

(7) Giày cao gót

(8) Đằng kia

(9) Sành điệu

(10) Nhìn thấy

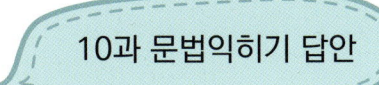

10과 문법익히기 답안

Ngữ pháp 2.
문법 2.

(1) Lan gọi điện cho Minh.

(2) Con: "Mẹ ơi, mua bánh mỳ cho con".

(3) Chồng rửa bát cho vợ.

(4) Chồng: "Em ơi, lấy cho anh một cốc cà phê".

(5) Chị: "Lạnh quá. Em ơi, đóng cửa sổ cho chị".

Ngữ pháp 3.
문법 3.

(1) ① Túi xách đắt hơn giày.
     ② Giày không đắt bằng túi xách.

(2) ① Mạnh thông minh hơn Hải.
     ② Hải không thông minh bằng Mạnh.

(3) ① Tôi thích sinh tố trái cây hơn trà.
     ② Tôi không thích trà bằng sinh tố trái cây.

(4) ① Thìn đẹp trai hơn Tuấn.
     ② Tuấn không đẹp trai bằng Thìn.

(5) A: Ở công ty, ai chăm chỉ nhất?
     B: Ở công ty, anh Lee chăm chỉ nhất.

(6) A: Trong các loại hoa quả, em thích quả nào nhất?
     B: Em thích cam nhất.

Luyện nói.
말하기 연습.

(1) Bớt được không?

(2) Cho tôi mặc thử cỡ lớn hơn.

(3) Cho tôi xem áo dài màu vàng.

(4) Quả này tiếng Việt gọi là gì?

(5) Anh gọi điện sớm cho em nhé!

4. 대중교통

> 베트남 문화 엿보기

오토바이

- 베트남에서 가장 보편적이고 베트남 교통상황에 맞는 교통수단이자 베트남 사람이 가장 많이 이용하는 교통수단 (베트남 인구 90%의 이동을 도움)
- 대부분 제품은 일본, 대만 브랜드로 국내에서 생산되며 평균 가격은 2000~5000 USD/대, 더 저렴한 제품은 중국에서 수입하는 경우도 있음
- 장점: 운행시간이 제한적이고 체계적이지 않은 버스나 택시보다 편할 뿐만 아니라 베트남 교통상황(좁은 거리)에 적합. 따라서 베트남에 오래 살 경우, 오토바이가 없으면 이동하기가 상당히 불편할 수 있음
- 단점: 먼지나 매연으로 도시오염, 건강유해 등 여러 문제점이 잇따름
- 오토바이가 작고 끼어들기 쉬운 특징으로 사용자가 교통법을 잘 지키지 않는 경우가 많음. 따라서 오토바이로 인해 교통사고가 많이 나는 편

택 시

- 콜택시와 거리에서 잡는 택시가 가격차이 없음
- 평균가격은 km당 12,000~20,000동 (0.6~0.9 달러)
- 택시회사가 많고 회사, 차종에 따라 가격차이가 있음. 현재 마티즈 (matiz)택시가 제일 저렴
  - ▶저렴한 택시기사의 전화번호를 메모하고 택시가 필요할 때 전화하는 것이 좋음
- 장점: 가격 측정기가 있어 외국인이 바가지 쓸 일을 면할 수 있음

오토바이 택시

- 오토바이로 손님을 태우는 택시역할
- 가격은 특별한 기준이 없이 거리에 따라 계산 -> 가격흥정 잘 해야 하며 요즘 새옴가격은 택시만큼 비쌈
  -> 새옴보다 택시를 이용하는 것이 좋음
- 거리에서 오토바이를 세워 놓고 기다리는 남성은 90%가 새옴
- 장점: 골목, 거리마다 다 배치되어 있어 급할 때 쉽게 구할 수 있음
- 단점: 가격기준이 없어서 바가지를 쓸 확률이 높음. 대부분 운전기사가 험하게 운전하여 위험도가 높음

UNIT 11

Bài 11. Anh làm ơn cho hỏi, nhà hát lớn ở đâu ạ?
11과. 뭐 좀 여쭤볼게요, 오페라하우스 어디에 있어요?

Cách hỏi đường	길 묻는 방법
Từ chỉ phương hướng, vị trí	방향, 위치
Từ để hỏi 'bao lâu', 'bao xa'	기간, 거리에 관한 질문
Từ chỉ sự bắt buộc 'phải' + động từ	~해야한다

Track 59

Hội thoại

Mai Hoa: Xin lỗi, anh làm ơn cho hỏi. Nhà hát lớn ở đâu ạ?
Hải: Nhà hát lớn ở phố Tràng Tiền, bên cạnh khách sạn Hilton. Đối diện ngã tư Tràng Tiền.
Mai Hoa: Bây giờ em phải đi đường nào ạ?
Hải: Em đi thẳng đường này, đến ngã tư thì rẽ trái. Đi tiếp khoảng 200 m sẽ nhìn thấy hiệu sách Tiền Phong. Từ đó đi qua ngã tư là Nhà hát lớn.
Mai Hoa: Đi bộ từ đây đến đó mất khoảng bao lâu ạ?
Hải: Khoảng 5 phút.
Mai Hoa: Cám ơn anh nhiều ạ.

Kiểm tra nội dung hội thoại
본문 확인하기

본문을 읽고 다음 질문에 답하세요

Nhà hát lớn đối diện với khách sạn Hilton, đúng không?
Từ hiệu sách Tiền Phong, làm thế nào để đến Nhà hát lớn?
Đi bộ từ chỗ này đến Nhà hát lớn mất bao lâu?

마이화: 뭐 좀 여쭤 봐도 될까요? 오페라하우스가 어디 있어요?
하이: 오페라하우스는 짱띠엔거리에 있어요. 힐턴호텔 옆에 있고 짱띠엔 사거리 건너편에 있어요.
마이화: 전 지금 어떤 길로 가야 돼요?
하이: 이 길을 쭉 가다가 사거리에서 왼쪽으로 돌아요. 200 미터 더 가면 띠엔펑 서점이 보일 거에요. 거기서 사거리를 건너가면 오페라하우스예요.
마이화: 여기서부터 거기까지 걸어가면 얼마나 걸려요?
하이: 5분정도 걸려요.
마이화: 정말 감사합니다.

Làm ơn	제발	Ngã tư	사거리	Đi tiếp	계속가다
Nhà hát	극장	Phải + 동사	~해야한다	Nhìn thấy	보이다
Phố	거리	Đường	길	Hiệu sách	서점
(Bên) cạnh	~옆	Đi thẳng	쭉 가다	Đi qua	지나가다
Khách sạn	호텔	Thì ~	하면~	Đi bộ	걸어가다
Đối diện	건너편	Rẽ trái	좌회전	Bao lâu?	얼마동안?
				Mất bao lâu?	얼마나 걸려요?

188

Ngữ pháp 1 / 문법 1

Cách hỏi đường
길 묻는 방법

> Anh / Chị làm ơn cho hỏi.
> 뭐 좀 여쭤볼게요.

- '2인칭 + làm ơn + 동사' 구문은 상대방에게 정중하게 부탁할 때 사용합니다.
  'làm ơn' 는 영어로 'please', 'cho hỏi'는 '질문하게 해 준다' ('cho' + 동사: 9과 참고)
  따라서 'làm ơn cho hỏi' 는 무엇을 물어보기 전에 정중하게 '뭐 좀 여쭤보겠습니다'로 해석할 수 있습니다.

Nhà hát lớn
Bến xe buýt
Khách sạn Hà Nội
Bưu điện
Hồ Hoàn Kiếm
Bảo tàng

> ở đâu?
> 어디에 있어요?

> đi đường nào?
> 어떤 길로 가요?

bến xe buýt 버스정류장
khách sạn 호텔
bưu điện 우체국
Hồ Hoàn Kiếm 환검호수
bảo tàng 박물관

Ngữ pháp 2 / 문법 2

Tình huống giao thông
교통관련 표현

Đi thẳng 쭉 가다
Rẽ phải 우회전   Bên phải 오른쪽
Rẽ trái 좌회전   Bên trái 왼쪽
Quay lại U턴, 돌아가다
Lùi lại 후진하다 / 물러서다
Dừng lại 멈추다, 세우다
Qua 지나다
Đi qua 지나가다
(Đi) lên 올라가다
(Đi) xuống 내려가다

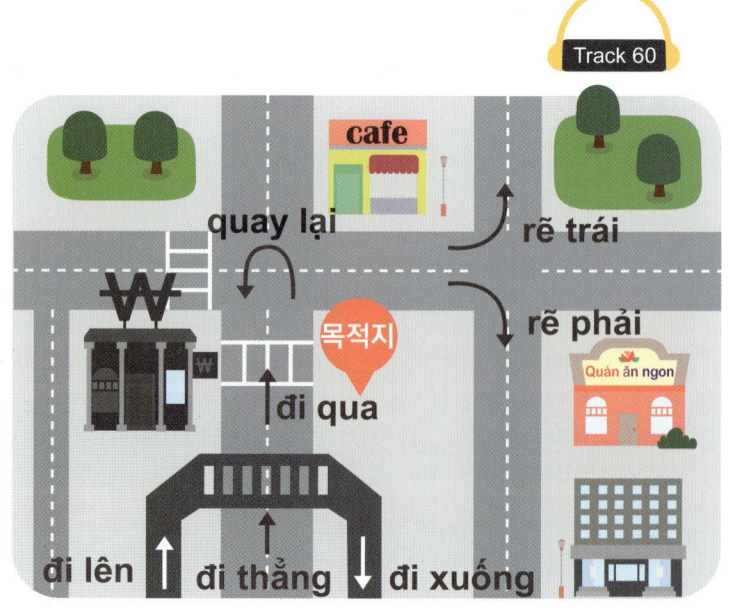

Mở rộng 1 표현넓히기 1

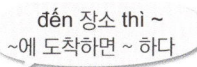
đến 장소 thì ~
~에 도착하면 ~ 하다

Track 61

(1) Đi thẳng đường này, đến ngã tư thứ nhất thì rẽ phải.
이 길을 쭉 가다가 첫번째 사거리에 오면 오른쪽으로 돌아요.

(2) Đi tiếp khoảng 100 m sẽ nhìn thấy rạp chiếu phim.
100미터 계속 가면 영화관이 보일 거에요.

(3) Đi qua cầu. 다리를 건너다.
Qua đường / Sang đường 길을 건너다

(4) Cho 1 tắc xi 4 chỗ đến 37 Lý Thường Kiệt.
리트엉끼엣 37번지로 4인승 택시 하나를 보내 주세요.

(5) Cho đến chung cư Phú Mỹ Hưng.
푸미흥 아파트로 가주세요.
Cho đến địa chỉ này.
이 주소로 가주세요.

(6) Anh ơi, đi chậm lại.   저기요, 천천히 가주세요.
    Anh ơi, đi nhanh lên.   저기요, 빨리 가주세요.

(7) Dừng lại ở đây.   여기서 세워 주세요.
    Cho xuống ở đây.   여기서 내려 주세요.

(8) Anh ơi, lái xe cẩn thận.   저기요, 운전 조심히 하세요.

(9) Đợi một chút. Tôi sẽ quay lại ngay.   잠시만 기다리세요. 제가 바로 돌아갈게요.

(10) A: Ở gần đây có nhà thuốc không?   이 근처에 약국이 있어요?
     B: Có. Ở gần đây có nhà thuốc.   있어요. 이 근처에 약국이 있어요.

(11) Xung quanh nhà có nhiều cây.   집 주변에 나무가 많다.

---

ngã tư 사거리   **tắc xi 4 chỗ** 4인승 택시   **cẩn thận** 조심히   **gần** 가까운   **xung quanh** 주변
thứ nhất 첫번째   **cho xuống** 내려주다   **ngay** 바로   **Ở gần đây** 이 근처에   **cây** 나무
                                                                                      nhà thuốc 약국

Thực hành

Bạn sẽ nói thế nào trong các trường hợp sau.
다음 상황에 어떻게 이야기해야 할까요?

〈보기〉

> A: Chị làm ơn cho hỏi. Ngân hàng đi đường nào ạ?
> 뭐 좀 여쭤볼게요. 은행은 어떤 길로 갑니까?
>
> B: Chị đi thẳng đường này, qua ngã tư thứ nhất. Ngân hàng ở bên phải.
> 이 길을 쭉 가다가 첫번째 사거리를 지나가세요. 은행은 오른쪽에 있어요.

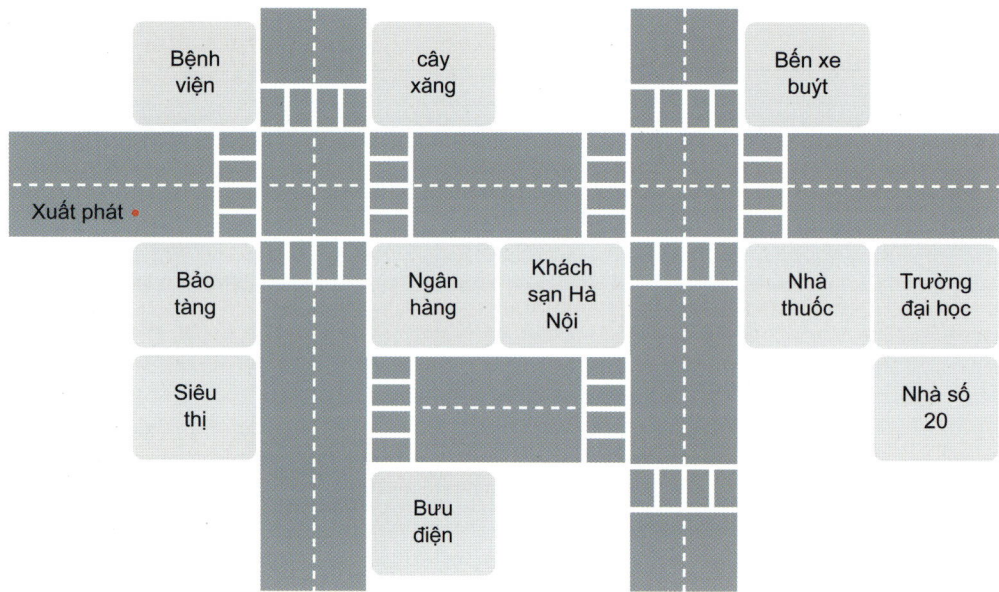

(1) A: Cô làm ơn cho hỏi. Bến xe buýt ở đâu ạ?
뭐 좀 여쭤봐도 될까요?   버스 정류장이 어디에 있어요?

B: ....

(2) Bạn muốn biết ở gần đó có cây xăng không. Bạn sẽ nói thế nào?
당신은 그 근처에 주유소가 있는지를 알고 싶다.   당신은 어떻게 말해야 될까요?

➜ ....

(3) Bạn muốn xuống ở siêu thị. Bạn sẽ nói với tài xế thế nào?
당신은 마트에서 내리고 싶다.   당신은 운전기사에게 어떻게 말해야 될까요?

➜ ....

| xuất phát 출발하다 | cây xăng / trạm xăng 주유소 | siêu thị 마트 | ở gần đó 그 근처에 |
| tài xế 운전기사 | ngân hàng 은행 | trường đại học 대학교 | nhà số 20 20번지 집 |

Ngữ pháp 3 / 문법 3

Giới từ chỉ vị trí 위치 전치사

(bên/phía) trong 안	(bên/phía) trên 위	(bên) phải 오른쪽	(phía) trước 앞	(bên) cạnh 옆
(bên/phía) ngoài 밖	(bên/phía) dưới 아래, 밑	(bên) trái 왼쪽	(phía) sau 뒤	(phía) giữa 가운데/중간

● 위치 전치사 앞에서 'phía' 또는 'bên'이 함께 사용될 수 있으며 이것은 '쪽'을 의미합니다. 일반적으로 위치를 묘사할 때 위치 전치사 앞에 'phía' / 'bên'를 붙여도 되고 안 붙여도 상관없습니다.

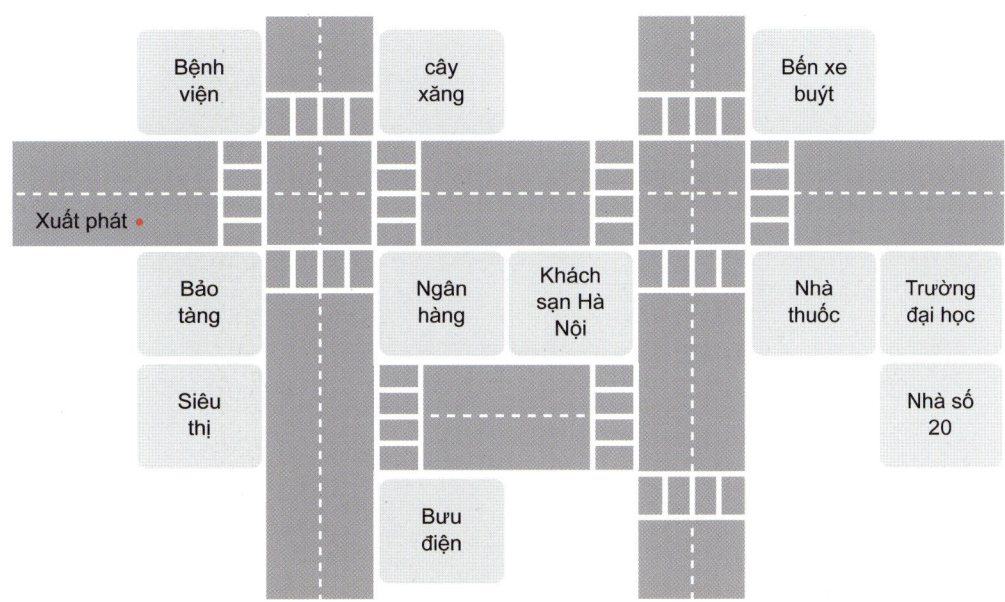

A + ở (bên/phía) 위치 전치사 + B
A는 B ~ 에 있다.

(1) Ngân hàng ở bên cạnh khách sạn Hà Nội.   은행은 하노이호텔 옆에 있다.

đối diện (với)
(~와) 건너편에 있다

(2) Bệnh viện đối diện với bảo tàng.   병원은 박물관 건너편에 있다.

(3) Nhà số 20 ở phía sau trường đại học.   20번지 집은 대학교 뒤쪽에 있다.

(4) A: Trong tủ lạnh có gì?
   냉장고 안에 뭐가 있어요?

   B: Trong tủ lạnh có coca, cam, rau, thịt, bia.
   냉장고 안에 콜라, 오렌지, 야채, 고기, 맥주가 있어요.

(5) A: Em ơi, sách tiếng Việt của anh ở đâu?
   동생아, 오빠/형의 베트남어책이 어디에 있어?

   B: Sách tiếng Việt ở trên bàn.
   베트남어책이 책상 위에 있어요.

(6) A: A lô. Anh đang ở đâu?
   여보세요. 오빠/형은 지금 어디에 있어요?

   B: Anh đang ở tầng 2.
   오빠/형은 2층에 있어요.

   tầng 층

(7) Quán cà phê ở giữa ngân hàng và thư viện.
   커피숍이 은행과 도서관 사이에 있어요.

(8) Cầu thủ chơi bóng ở trong sân bóng.
   선수는 축구장 안에서 축구를 한다.

   Huấn luyện viên đứng ở ngoài sân bóng.
   감독은 축구장 바깥에서 서 있다.

   cầu thủ 선수
   sân bóng 축구장
   huấn luyện viên 감독
   đứng 서다

       Thực hành

Nhìn tranh và miêu tả vị trí của các đồ vật trong phòng.
〈보기〉와 같이 그림을 보고 방 안에 있는 가구와 물건 위치를 묘사하세요.

〈보기〉

❶ A: Ví ở đâu?
   지갑이 어디에 있어요?

   B: Ví ở trên giường.
   지갑이 침대 위에 있어요.

❷ A: Trên giường có gì?
   침대 위에 뭐가 있어요?

   B: Trên giường có ví.
   침대 위에 지갑이 있어요.

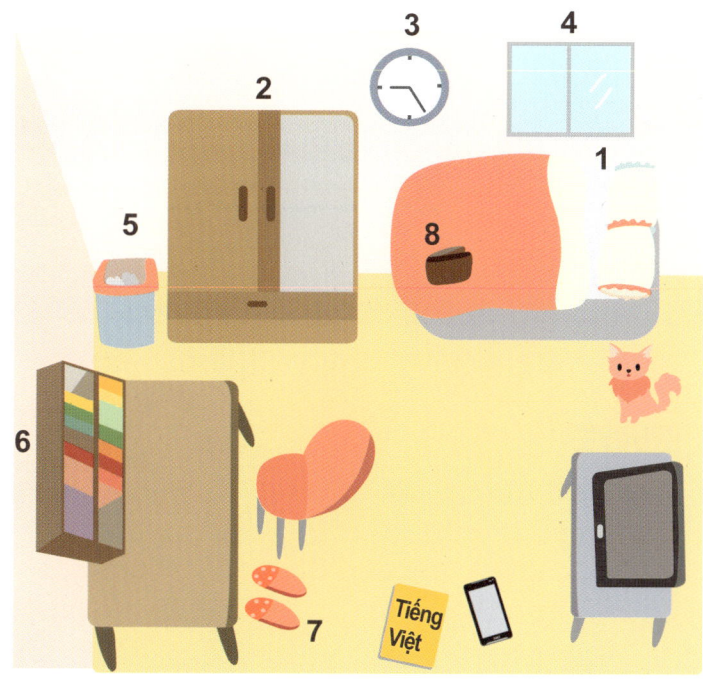

1. **giường** 침대
2. **tủ áo** 옷장
3. **đồng hồ** 시계
4. **cửa sổ** 창문
5. **sọt rác** 쓰레기통
6. **giá sách** 책장
7. **dép** 슬리퍼
8. **ví** 지갑

(1) A: Máy tính ở đâu? 컴퓨터가 어디에 있어요?
    B: ……………………………………………..

(2) A: Cạnh tủ áo có gì? 옷장 옆에 뭐가 있어요?
    B: ……………………………………………..

(3) A: Dép ở đâu? 슬리퍼가 어디에 있어요?
    B: ……………………………………………..

(4) A: Trên giá sách có gì? 책장에 뭐가 있어요?
    B: ……………………………………………..

(5) A: Trên sàn nhà có gì? **sàn nhà** 집 바닥   바닥 위에 뭐가 있어요?
    B: ……………………………………………..

(6) A: Đồng hồ ở đâu? 시계가 어디에 있어요?
    B: ……………………………………………..

Ngữ pháp 4 / 문법 4

'bao lâu', 'mất bao lâu'?
'얼마 동안', '얼마나 걸려요'?

1
| Bao lâu? | 얼마나?/얼마 동안? |
| Bao lâu rồi? | 얼마나 됐어요? |

- 'lâu' 오래 → 'bao lâu?' 얼마나 오래? / (기간) 얼마나?
  동사/절 + bao lâu? 는 어떤 행동이나 사건이 일어나는 기간에 대해서 물어볼 때 씁니다.
  경우에 따라 **trong bao lâu?** (얼마 동안?)으로 같은 의미로 사용하기도 합니다.

A: Chị muốn đặt phòng (trong) bao lâu ạ?
   얼마동안 방을 예약하고 싶으세요?

B: 4 ngày 3 đêm.
   3박 4일

đặt phòng 방을 예약하다

A: Em kết hôn bao lâu rồi?
   당신은 결혼한 지 얼마 됐어요?

B: Em kết hôn 1 năm rồi?
   저는 결혼한 지 1년 됐어요.

2
Mất bao lâu? 얼마나 걸려요?

- 'mất'+ 시간 : ~ 걸리다
  'mất bao lâu'? (시간) 얼마나 걸려요?

A: Đi bộ từ đây đến đó mất bao lâu?
   여기서부터 거기까지 걸어가는 것이 얼마나 걸려요?

B: Đi bộ từ đây đến đó mất 10 phút.
   여기서부터 거기까지 걸어가는 것이 10분 걸려요.

thì ~ : ~하면

A: Đi từ Việt Nam đến Hàn Quốc bằng máy bay thì mất mấy tiếng?
   베트남에서 한국까지 비행기로 가면 몇 시간 걸려요?

B: Mất khoảng 4 tiếng.
   대략 4시간이 걸려요.

khoảng : 대략, 쯤

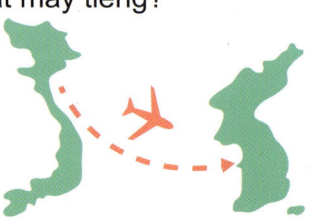

đi bộ 걸어가다   **đi bằng máy bay** 비행기로 가다   **đi bằng xe máy** 오토바이로 가다   **đi bằng xe ô tô** 차로 가다

Mở rộng 2 표현넓히기 2

> **Bao xa?**
> (거리) 얼마나 멀어요?

● **'xa'** 멀다
'bao xa' (얼마나 멀어요?)는 거리/ 간격에 대해서 질문할 때 쓰는 의문사입니다.

A: Từ nhà đến công ty bao xa? 집에서 회사까지 얼마나 멀어요?
B: Từ nhà đến công ty khoảng 10 km. 집에서 회사까지 10km 정도예요.

A: Từ đây đến đó có xa không? 여기부터 거기까지 멀어요?
B: Không xa lắm. Chỉ khoảng 3 phút đi bộ. 별로 안 멀어요. 도보 약 3분밖에 안 돼요.

> **A cách B ~**
> A 와 B의 간격/거리~ 다.
> A는 B에서 ~떨어져 있다.

Nhà cách công ty 2km. 집이 회사와는 2km거리.
Nhà cách công ty 30 phút đi xe buýt. 집이 회사와는 버스 30분 거리.

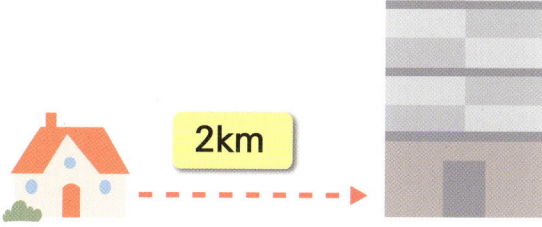

A: Bệnh viện cách đây mấy km? 병원은 여기서 몇 km 떨어져 있어요?
B: Bệnh viện cách đây 5 km. 병원은 여기서 5km 떨어져 있어요.

A: Hà Nội cách thành phố Hồ Chí Minh bao xa?
하노이와 호치민시 거리가 얼마예요?
B: Khoảng 1.700 km.
대략 1.700 km.

Ngữ pháp 5
문법 5

'phải' + 동사
~ 해야 한다.

> **'phải' + 동사**
> ~ 해야 한다.

● 'phải'는 동사 앞에 위치하며 어떤 행위/행동을 해야 한다는 의미를 나타냅니다.

Bây giờ, em phải đi đường nào ạ?
지금, 제가 어떤 길로 가야 되나요?

Anh Kim học tiếng Anh vì năm sau anh ấy phải làm việc ở Mỹ.
김씨는 내년에 미국에서 일해야 하기 때문에 영어를 배운다.

● 'cần'+ 동사 / 'cần phải'+ 동사 구문도 비슷한 의미로 사용합니다.

> **'cần' + 동사**
> ~ 할 필요가 있다.

> **'cần phải' + 동사**
> ~ 해야할 필요가 있다.

Để khỏe mạnh, chúng ta cần phải tập thể dục đều đặn.
건강하려면 우리는 규칙적으로 운동해야 한다.

> **đều đặn**
> 규칙적이다

A: **Anh cần gặp ai ạ?**
오빠는 누구를 만나야 합니까? / 누구를 찾으십니까?

B: **Tôi cần gặp giám đốc công ty này.**
저는 이 회사 사장을 만나야 합니다.

> **'cần' + 명사**
> ~ 이/가 필요하다

Nhân viên: **Giám đốc cần gì ạ?**
직원:　　　사장님 무엇이 필요합니까?

Giám đốc: **Tôi cần báo cáo vào chiều nay.**
사장:　　　나는 오늘 오후까지 보고서가 필요합니다.

문법 익히기 — Thực hành

Nhân vật phải làm gì trong trường hợp sau đây.
Sử dụng 'phải', 'cần', 'cần phải' để hoàn thành câu.

다음 상황에 해당 인물이 무엇을 해야 하는지를 판단하세요.
'phải', 'cần', 'cần phải'를 사용하여 문장을 만드세요.

〈보기〉 Ngày mai, lớp học bắt đầu lúc 8 giờ sáng.
내일은 수업이 오전 8시에 시작한다.

➡ Tôi phải dậy lúc 7 giờ.
나는 7시에 일어나야 한다.

(1) Minh muốn đi du lịch thế giới. (thế giới / 세계)   밍은 세계여행을 다니고 싶다.

➡ Minh ……………………………………………………………………

(2) Lan muốn đỗ đại học. (đỗ / 합격하다)   란은 대학을 합격하고 싶다.

➡ Lan ……………………………………………………………………

(3) Huy muốn giảm cân.   휘는 몸무게를 감량하고 싶다.

➡ Huy ……………………………………………………………………

(4) InWoo muốn lấy vợ nhưng không có tiền.   인우는 장가를 가고 싶지만 돈이 없다.

➡ InWoo ……………………………………………………………………

(5) Nhà Đạt cách công ty rất xa. Anh ấy không có xe.

➡ Đạt ……………………………………………………………………

(6) Minjung muốn đi công viên nhưng không biết đường.   민정은 공원에 가고 싶은데 길을 모른다.

➡ Minjung ……………………………………………………………………

Luyện nghe 듣기연습

1. **Nghe và vẽ thêm đồ vật vào tranh cho sẵn.**
듣고 주어진 그림에다 추가 물건을 그리세요.

Track 62

2. **Nghe hội thoại giữa tài xế tắc xi và YoonA. Kiểm tra các thông tin đúng hay sai.**
택시기사와 윤아가 나누는 대화를 듣고 아래 정보가 맞는지 체크하세요.
맞으면 O, 틀리면 X.

Track 63

(1) YoonA muốn đi khách sạn New world.

(2) Tài xế tắc xi biết khách sạn New world ở đâu.

(3) Muốn đến khách sạn New world phải đi thẳng, đến ngã tư thì rẽ trái.

(4) Khách sạn New world ở đường Nguyễn Biểu

(5) Tiền tắc xi là 55.000

Luyện đọc và viết: 읽고 쓰기 연습

Đọc bài dưới đây. Sau đó miêu tả về không gian xung quanh bạn.
글을 읽고 당신이 사는 주변 공간을 묘사하세요.

Tôi sống ở khu chung cư Mỹ Đình, trên đường Phạm Hùng.

Xung quanh nhà có nhiều cây.

Bên cạnh nhà có siêu thị Coop. Đối diện là nhà thuốc.

Muốn đi nhà thuốc phải qua đường.

Nhà tôi cách công ty không xa.

Tôi thường đi làm bằng xe máy, mất khoảng 15 phút.

Tôi đã sống ở đây từ năm 2013.

Môi trường sống ở đây khá tốt và giao thông thuận tiện.

khu chung cư 아파트 단지	**khá** 꽤
môi trường 환경	**giao thông** 교통
môi trường sống 생활 환경	**thuận tiện** 편리하다

Tôi sống ở ....

Xung quanh nhà có ....

Bên cạnh nhà ....

....

Nhà tôi cách công ty ....

Tôi thường đi làm bằng ....

Tôi đã sống ở đây từ ....

Môi trường sống ở đây ....

....

....

Mở rộng 3 표현넓히기 3

Đường một chiều 일방 통행
Đường hai chiều 양방 통행

Vỉa hè 인도
Quán vỉa hè 길거리 음식점 / 노점상

Lối sang đường 횡단보도
Cầu vượt 육교

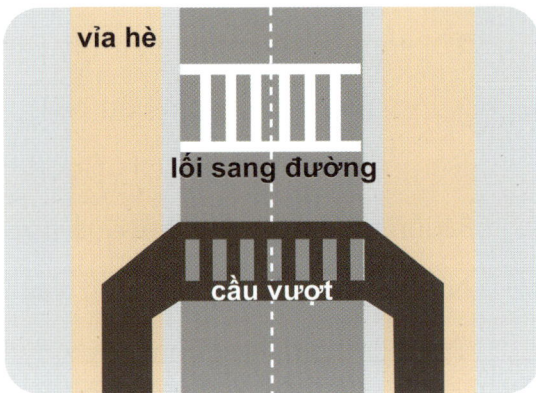

Dừng xe 정차
Đỗ xe / Đậu xe 주차
Bãi đỗ xe / Bãi đậu xe 주차장
Đèn giao thông / Đèn xanh đèn đỏ 신호등

Tắc đường / Kẹt xe 길이 막히다 / 차가 막히다

> tai nạn 사고
> xảy ra 일어나다

Tai nạn giao thông 교통사고
Xảy ra tai nạn giao thông 교통사고가 일어나다

> số 번호, ngõ 골목, đường 길
> phường 동   quận 구, 군

Địa chỉ: Số 27, ngõ 40, đường Nguyễn Trãi, phường Thanh Xuân Bắc, quận Thanh Xuân, thành phố Hà Nội.
주소: 27번지, 40번 골목, 응웬짜이 거리, 타잉쑨박 동, 타잉쑨 구, 하노이시.

Tầng hầm 1 지하 1층

> tầng
> 층

Cầu thang 계단
Thang máy 엘레베이터
Đi cầu thang, đi thang máy 계단으로 가다, 엘레베이터로 가다.

Luyện phát âm 발음연습

Nghe và đọc theo.
듣고 따라 읽으세요.

(1) Đối diện

(2) Ngã tư

(3) Rẽ phải, rẽ trái

(4) Bưu điện

(5) Quay lại

(6) Xung quanh

(7) Trạm xăng

(8) Giường

(9) Đặt phòng

(10) Đỗ đại học

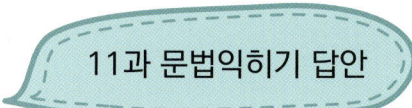

11과 문법익히기 답안

Mở rộng 1
표현 넓히기 1

> **bên kia đường**
> 길 건너편

(1) Đi thẳng qua ngã tư thứ nhất và ngã tư thứ hai. Bến xe buýt ở gần ngã tư thứ hai, bên kia đường.

(2) Anh/Chị làm ơn cho hỏi. Ở gần đây có cây xăng không ạ?

(3) Cho tôi xuống ở siêu thị.

Ngữ pháp 3.
문법 3.

(1) B: Trong phòng không có máy tính.

(2) B: Cạnh tủ áo có sọt rác.

(3) B: Dép ở dưới bàn ./ Dép ở cạnh ghế

(4) B: Trên giá sách có sách.

(5) B: Trên sàn nhà có sách tiếng Việt và điện thoại.

(6) B: Đồng hồ ở trên tường. / Đồng hồ ở cạnh cửa sổ.

Ngữ pháp 5.
문법 5.

(1) Minh phải có nhiều tiền. / Minh phải biết nhiều ngoại ngữ.

(2) Lan phải học chăm chỉ.

(3) Huy cần phải tập thể dục đều đặn. / Huy cần phải ăn ít hơn.

(4) Inwoo phải kiếm nhiều tiền.

(5) Đạt cần phải mua xe.

(6) Minjung cần phải hỏi đường hoặc tìm trước trên internet.

5. 화폐

베트남 문화 엿보기

1인당 GDP   1,960 USD (2013년 기준)
- 하노이: 2,600 USD, 호치민: 4,500 USD (2013년 기준)

물가동향   물가상승률이 무척 높고 기름값, 전기요금 등을 비롯한 생활필수품, 식품 물가 상승이 심각. 특히 하노이와 호치민과 같은 큰 도시 경우 더욱 심각

베트남 화폐가 동전과 지폐 2가지 종류가 있다. 화폐단위가 매우 다양
- 환율: 1,000 원 = 약 20,000 VND (2014년 기준)

환전   공항, 호텔, 은행 및 금은방 등에서 환전할 수 있으며, 환율은 큰 차이가 없음.

> **환전 시 유의해야 할 점**
> 미 달러를 베트남 동화로 환전하는 것은 자유로우나, 베트남 동화를 미 달러로 환전하는 것은 베트남 정부의 외환 규제 정책으로 인해 일반인들에게는 어려우므로 베트남 동화로 환전 시 필요한 만큼만 환전하는 것이 바람직함

신용카드 사용   불과 몇 년 전까지만 해도 매우 제한된 장소에서만 쓰여졌지만, 현재 하노이와 호치민에서는 카드 사용이 보편화되고 있으며 호텔, 음식점 등에서 카드결제가 가능함. 또한 현금 인출기로 현금 인출(베트남 동화)이 가능

UNIT 12

Bài 12. Dạo này, thời tiết Việt Nam thế nào?
12과: 요즘 베트남 날씨가 어때요?

Thời tiết	날씨
Phó từ chỉ tần suất	빈도부사
'nên' + động từ	~하는 것이 낫다
'giống nhau', 'khác nhau'	서로 같다, 서로 다르다
'khi' + động từ, 'trước khi'/ 'sau khi'	~할 때, ~하기 전에, ~한 후에

Track 66

Hội thoại

Nick: Dạo này thời tiết ở Hà Nội thế nào?
Mai Hoa: Bây giờ là tháng 2. Trời hơi lạnh, thỉnh thoảng có mưa.
Nick: Đi du lịch Việt Nam mùa nào tốt nhất?
Mai Hoa: Anh nên đi Việt Nam vào mùa thu.
Nick: Lúc đó thời tiết thế nào?
Mai Hoa: Mùa thu ở miền Bắc mát mẻ, trời nắng đẹp, rất dễ chịu.
Nick: Anh nghe nói thời tiết miền Bắc và miền Nam khác nhau, có đúng không?
Mai Hoa: Vâng, miền Bắc có 4 mùa, gần giống thời tiết Hàn Quốc. Còn miền Nam có 2 mùa là mùa mưa và mùa khô. Thời tiết miền Nam nóng quanh năm, nhiệt độ luôn cao.
Nick: Ồ, vậy thì trước khi đi Việt Nam phải xem trước dự báo thời tiết nhỉ?

Kiểm tra nội dung hội thoại
본문 확인하기

본문을 읽고 다음 질문에 답하세요

> Ở Hà Nội, thời tiết tháng 2 có nóng không?
>
> Vì sao nên đi du lịch miền Bắc vào mùa thu?
>
> Thời tiết miền Bắc và miền Nam có giống nhau không?
>
> Miền Nam có mùa đông không?

닉 : 요즘 하노이 날씨가 어때요?
마이화: 지금은 2월이에요. 날씨가 좀 춥고 가끔 비가 와요.
닉 : 베트남 여행가기에 어떤 계절이 가장 좋을까요?
마이화 : 가을에 베트남을 가는 것이 좋아요.
닉 : 그 때 날씨가 어때요?
마이화 : 북쪽은 가을이 시원하고 햇살이 좋아 아주 편해요.
닉 : 북쪽과 남쪽 날씨가 다르다고 들었는데, 맞아요?
마이화: 네, 북쪽은 4 계절 있어서 한국날씨와 비슷해요.
  남쪽은 2 계절인 우기와 건기가 있어요.
  남쪽 날씨는 일년 내내 덥고 온도가 항상 높아요.
닉 : 오, 그러면 베트남에 가기 전에 일기예보를 봐야겠네요?

Thời tiết	날씨	**Lúc đó**	그 때	**Mùa khô**	건기
Trời	하늘, 날씨	**Mát mẻ**	시원하다	**Nóng**	덥다
Lạnh	춥다	**Nắng**	햇빛, 햇살	**Quanh năm**	일년 내내
Thỉnh thoảng	가끔	**Dễ chịu**	편한, 기분 좋은	**Nhiệt độ**	온도
Mưa	비, 비가 오다	**Miền Bắc**	북부	**Luôn**	항상
Mùa	계절	**Miền Nam**	남부	**Vậy thì**	그러면, 그렇다면
Nên + 동사	~하면 좋다	**Khác nhau**	서로 다르다	**Trước khi + 동사**	~하기 전에
Mùa thu	가을	**Gần giống**	비슷하다	**xem trước**	미리 보다
		Mùa mưa	우기	**Dự báo thời tiết**	일기예보

206

Từ vựng / 어휘
Thời tiết / 날씨

Track 67

Trời nóng	날씨가 덥다
Trời lạnh / trời rét	날씨가 춥다
Trời mát (mẻ)	날씨가 시원하다
Trời ấm (áp)	날씨가 따뜻하다
Trời nắng	햇빛이 있다, 맑은 날씨
Trời mưa	비/ 비가 오다
Trời mưa to	비 많이 오다
Trời mưa nhỏ	비 조금 오다
Trời mưa rào	소나기
Trời ẩm	날씨가 습하다
Trời có mây	구름이 있다
Trời có gió	바람이 있다
gió nhỏ	약한 바람
gió to	강한 바람
(Trời) bão	태풍이 오다
Có tuyết / tuyết rơi	눈이 있다/ 눈이 오다
Lũ	홍수
Độ ẩm	습도

Mùa xuân	봄
Mùa hè / mùa hạ	여름
Mùa thu	가을
Mùa đông	겨울
Mùa mưa	우기
Mùa khô	건기

★ '**trời**'는 '**하늘**'이라는 뜻이지만 날씨를 말할 때 '**날씨**'라는 의미로 쓰입니다.

Các cách nói liên quan tới thời tiết
생생한 날씨 관련 표현

Ngữ pháp 1
문법 1

> **theo ~:** ~에 따르면
> **dự báo thời tiết:** 일기예보
> **suốt ngày** 하루종일

(1) Theo dự báo thời tiết thì ngày mai trời mưa to suốt ngày, có bão.
일기예보에 따르면 내일날씨는 하루종일 비가 오고 태풍이 온다.

(2) A: Dạo này, thời tiết Sài Gòn thế nào?
요즘, 싸이곤 날씨가 어때요?

B: Nóng lắm. Nhiệt độ trên 35 độ. Mưa rào rải rác vào ban ngày.
매우 더워요. 온도가 35도 이상. 낮에 비가 오락가락 와요.

> **nhiệt độ** 온도
> **trên 35 độ** 35도 이상
> **rải rác** 오락가락
> **ban ngày** 낮

(3) A: Đi du lịch Việt Nam mùa nào tốt nhất?
베트남여행은 어떤 계절에 가면 가장 좋아요?

B: Mùa thu. Vì mùa thu ở đó thời tiết đẹp, rất dễ chịu.
가을요. 왜냐하면 거기 가을날씨가 좋아 매우 편해요.

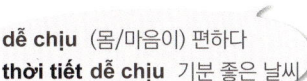

> **dễ chịu** (몸/마음이) 편하다
> **thời tiết dễ chịu** 기분 좋은 날씨

(4) A: Việt Nam có tuyết không?
베트남은 눈이 있어요?

B: Vào mùa đông, ở Sapa thỉnh thoảng có tuyết.
겨울에, 사파에서 가끔 눈이 와요.

> **khu vực** 구역, 지역
> **nhẹ** 가볍다
> **sáng sớm** 새벽
> **ban đêm** 밤
> **se lạnh** 쌀쌀하다

(5) Dự báo thời tiết ngày 3 tháng 4.
일기예보 4월 3일

Khu vực miền Bắc trời nắng đẹp, ít mây, có gió nhẹ.
북부지역 날씨가 햇빛이 좋고 구름 조금, 약한 바람이 분다.

Nhiệt độ ban ngày từ 20 đến 27 độ. Sáng sớm và ban đêm, trời se lạnh.
낮온도가 20도~27도. 새벽과 밤에 날씨가 쌀쌀하다.

문법 익히기

Thực hành

Dựa vào tranh vẽ, miêu tả thời tiết theo mẫu.
그림을 보고 〈보기〉와 같이 날씨를 이야기해 보세요.

tạnh mưa 비 그치다

〈보기〉

Ban ngày trời nhiều mây, có mưa nhỏ,
낮에 구름이 많고 비가 조금 오다.

nhiệt độ từ 18 đến 25 độ C.
온도가 18도~25도.

Ban đêm, trời tạnh mưa và se lạnh.
밤에 비기 그치고 쌀쌀하다.

(1) ....
     ....
     ....

(2) ....
     ....
     ....

(3) ....
     ....
     ....

(4) ....
     ....
     ....

(5) Nhìn ra bên ngoài và miêu tả thời tiết hôm nay.
    (바깥을 보고 오늘 날씨를 이야기해 보세요)
    ....
    ....
    ....

흐림 | 비 조금 | 햇빛 강함 | 약한 바람 | 강한 바람 | 소나기 | 태풍 | 눈 내림 | 온도

Ngữ pháp 2 / 문법 2
Phó từ chỉ tần suất
빈도부사

luôn (luôn) ↓	항상 ↓
thường xuyên/ thường / hay ↓	빈번히, 자주 ↓
thỉnh thoảng / đôi khi ↓	가끔/ 때로는 ↓
ít khi / hiếm khi ↓	거의~하지 않다, 드물게 ↓
không bao giờ	절대 ~ 하지 않다

- **'luôn (luôn)', 'thường xuyên', 'thường', 'hay'**: 주어 뒤에 위치한다.
  'thỉnh thoảng', 'đôi khi', 'ít khi', 'hiếm khi', 'không bao giờ': 주어 앞 또는 뒤에 위치할 수 있다.

Ví dụ 예)

· Cô ấy luôn luôn đến sớm nhất. 그녀가 항상 가장 일찍 온다.

· Vợ tôi thường xuyên đi mua sắm. 내 와이프가 자주 쇼핑하러 간다.

· Người Hàn Quốc hay ăn cay. 한국사람은 자주 맵게 먹는다.

· Sau 30 tuổi, thỉnh thoảng tôi không nhớ tên của người quen.
  30살 이후, 내가 가끔 아는 사람의 이름을 기억 못 한다.

· Đôi khi tôi không hiểu được anh ấy. 나는 때로 그를 이해할 수 없다.

· Mẹ tôi ít khi dậy muộn. 내 엄마가 늦게 일어나는 일이 거의 없다.

· Tôi không bao giờ nói dối 나는 절대 거짓말 안 한다.

nhớ 기억하다, 보고 싶다
người quen 아는 사람

문법 익히기 — Thực hành

Dựa vào tranh vẽ, sử dụng phó từ chỉ tần suất và thực hành theo mẫu.
그림을 보고 빈도부사를 사용하여 〈보기〉와 같이 하세요.

> 〈보기〉 Về quê / 1 năm 2 lần.
> 고향에 가다 / 1년 2번
> → Tôi không thường xuyên về quê.
> 나는 고향에 자주 안 가다.

(1) Nấu ăn / hàng ngày.
요리하다 / 매일
→ ....

(2) Hát karaoke / 1 tháng 1 lần
노래방에서 노래를 하다 / 한달 1번
→ ....

dưới 10: 10 이하

(3) Tập thể dục / dưới 10 lần 1 năm
운동하다 / 1년 10번 이하
→ ....

(4) Gọi điện cho mẹ ở quê / 2 tuần 1 lần
고향에 있는 어머니에게 전화하다 / 이주일 한번
→ ....

(5) Cười / hàng ngày
웃다 / 매일
→ ....

(6) Viết thư cho người yêu ở nước ngoài / 1 tháng 2 lần
외국에 있는 애인에게 편지를 쓰다 / 한달 2번
→ ....

(7) Uống rượu với bạn bè / 2 tuần 1 lần
친구와 술을 마시다 / 2주 1번
→ ....

Ngữ pháp 3 / 문법 3

'nên'/ 'không nên' + 동사
~ 하는 게 낫다 / ~ 안 하는 게 낫다

Anh **nên** đi du lịch Việt Nam vào mùa thu.
오빠/형은 베트남여행을 가을에 가는 것이 좋아요.

Anh **không nên** hút thuốc.
오빠/형은 담배를 안 피는 것이 좋아요.

> **hút thuốc**
> 담배를 피우다

- 'nên'/ 'không nên' được dùng khi người nói muốn khuyên bảo ai điều gì đó.
  'nên' / 'không nên'는 누군가에게 무엇을 하면 좋고 무엇을 안 하면 좋을지에 대해 충고할 때 사용하는 표현입니다.

Bác sĩ ơi, tôi béo quá.
의사선생님, 제가 너무 뚱뚱해요.
Tôi phải làm thế nào ạ?
제가 어떻게 해야 되나요?

Anh **nên** tập thể dục thường xuyên.
당신은 자주 운동하는 것이 좋아요
Không nên ăn đêm.
야식 안 먹는 것이 좋아요.

Em **nên** quên cô ấy đi!
니가 그 여자를 잊는 것이 나아요.

Em không thể quên được cô ấy.
저는 그 여자를 못 잊겠어요.

 Thực hành

Dùng 'nên'/ 'không nên' để đưa ra lời khuyên cho các tình huống sau theo mẫu.
'nên' / 'không nên'을 사용하여 〈보기〉와 같이 상황에 맞는 충고를 하세요.

〈보기〉 Hôm nay thời tiết lạnh. Linh ra ngoài nhưng không mặc ấm.
오늘은 날씨가 춥다. 링은 따뜻하게 입지 않고 외출하다.

→ Bạn sẽ khuyên Linh   당신이 링에게 충고한다:
Linh nên mặc ấm / Linh không nên mặc phong phanh.
링은 따뜻하게 입는 것이 좋다 / 링은 얇게 입지 않는 것이 좋다.

> **khuyên** 충고하다
> **mặc phong phanh** 얇게 입다

문법익히기 — Thực hành

(1) Chị Hồng luôn ngủ muộn và dậy muộn.
홍씨는 항상 늦게 자고 늦게 일어나다.
➡ Bạn sẽ khuyên chị Hồng   당신이 홍에게 충고한다:

....

(2) Huy muốn mua quần bò. Nhưng quần bò ở đây rất đắt.
휘는 청바지를 사고 싶다. 하지만 여기 청바지가 너무 비싸다.
➡ Bạn sẽ khuyên Huy   당신이 휘에게 충고한다:

....

(3) Hoa không khỏe nhưng thường xuyên làm việc vất vả.
화가 건강하지 않지만 힘든 일을 자주 한다.
➡ Bạn sẽ khuyên Hoa   당신이 화에게 충고한다:

....

(4) Hôm nay trời mưa. Gia đình My định đi biển.   *biển / 바다*
오늘은 비가 온다. 미의 가족은 바다를 가려고 한다.
➡ Bạn sẽ khuyên gia đình My   당신이 미의 가족에게 충고한다:

....

(5) Người yêu của Lan hay lừa dối Lan.   *lừa dối / 속이다*
란의 애인이 란을 자주 속인다.
➡ Bạn sẽ khuyên Lan   당신이 란에게 충고한다:

....

(6) Linh thường xuyên lo lắng nên sức khỏe không tốt.   *lo lắng / 걱정하다*
링은 걱정을 자주 하니 건강이 안 좋다.
➡ Bạn sẽ khuyên Linh   당신이 링에게 충고한다:

....

(7) Giám đốc không hài lòng vì Miên hay đến công ty muộn.   *hài lòng / 마음에 들다, 만족하다*
미엔은 회사에 자주 늦게 오기 때문에 사장이 마음에 안 들어 한다.
➡ Bạn sẽ khuyên Miên   당신이 미엔에게 충고한다:

....

Ngữ pháp 4 / 문법 4

'khi' / 'trước khi' / 'sau khi'
~할 때 / ~기 전에 / ~한 후에

1 'khi' / 'lúc' + 서술어: ~ 할 때

Khi làm việc, tôi rất tập trung.
일을 할 때, 내가 매우 집중하다.

> **tập trung** 집중하다
> **hết** 끝, 떨어지다

Nó chỉ về quê lúc hết tiền.
그가 돈이 떨어질 때만 고향에 가다.

● **Ngoài ra, 'khi'/ 'lúc' còn kết hợp với từ để hỏi 'nào', tính từ chỉ định 'này', 'đó', 'đấy', 'ấy'.**
이 외에 'khi', 'lúc'은 의문사 'nào' 또는 지시형용사 'này', 'đó', 'đấy', 'ấy'와 결합할 수 있습니다.

khi nào? lúc nào?	언제?/ 어떤 때?
khi đó, khi đấy, khi ấy, lúc đó, lúc đấy, lúc ấy	그 때
lúc này	이 때

2 'trước khi' + 동사 / 절: ~하기 전에
'sau khi' + 동사 / 절   : ~한 후에

Trước khi đi Việt Nam, chúng ta nên xem trước dự báo thời tiết.
베트남에 가기 전에,   우리는 일기예보를 미리 보는 것이 좋다.

Đánh răng trước khi đi ngủ.
자기 전에 양치질을 하다.

> **đánh răng** 양치질을 하다
> **uống thuốc** 약을 먹다

Uống thuốc sau khi ăn.
식사 후 약을 먹다.

● **Ngoài ra, từ 'trước' và 'sau' còn kết hợp với tính từ chỉ định hoặc danh từ.**
이 외에 'trước', 'sau'은 지시형용사나 명사와 결합할 수 있다.

> Trước đây 예전에
> Trước đó 그 전에
> Sau này 나중에, 다음에
> Sau đó 그 다음에
> Trước bữa ăn / Sau bữa ăn 식사 전 / 식사 후

> **bữa ăn** 끼니

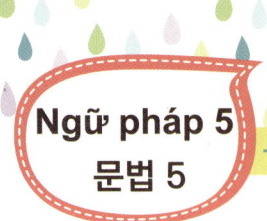

'giống nhau', 'khác nhau'.
서로 같다, 서로 다르다

```
복수명사 + giống nhau / khác nhau
         같다   서로 / 다르다   서로
```

Thời tiết miền Bắc và miền Nam khác nhau.   북쪽 날씨와 남쪽 날씨가 서로 다르다.
Hai cái này giống nhau.   이 두개가 서로 같다.
Nói và làm khác nhau.   말과 행동이 서로 다르다.

```
A  giống (như)  B        →    A와 B가 같다/닮다
A  khác (với)   B             A와 B가 다르다
```

Con trai tôi giống mẹ. Không giống bố.   내 아들은 엄마와 닮았다. 아빠와 닮지 않다.
Thời tiết miền Bắc Việt Nam gần giống thời tiết Hàn Quốc.
베트남 북쪽 날씨가 한국 날씨와 비슷하다.   **gần giống** 비슷하다
Món ăn miền Bắc khác món ăn miền Nam.   북쪽 음식이 남쪽 음식과 다르다.

  Thực hành

Điền từ 'giống nhau', 'khác nhau', 'giống', 'khác' vào các câu dưới đây.
'giống nhau', 'khác nhau', 'giống', 'khác'를 알맞게 문장에 넣으세요.

(1) Minh và Đoàn là anh em sinh đôi nên rất ………………..
    밍과 또완이 쌍둥이형제라서 매우 ……..

(2) Trong gia đình, chị ………… ai?
    가족 중에, 언니/누나는 ………..누구?

(3) Việt Nam bây giờ thay đổi nhiều quá, ………… với 10 năm trước.
    베트남은 지금 많이 변했다, ……………. 10년 전과.

(4) Tính cách của chúng tôi …………….. Vì thế, chúng tôi thường cãi nhau.
    우리의 성격은 ……………………. 그래서, 우리는 자주 싸우다.

---

sinh đôi 쌍둥이   **thay đổi** 변하다   **tính cách** 성격   **cãi nhau** 싸우다

Luyện nghe 듣기연습

1. Nghe dự báo thời tiết. Nối các tranh với các khu vực.
일기예보를 듣고 해당지역과 그림을 연결하세요.

Hà Nội • •

Đà Nẵng • •

Nha Trang • •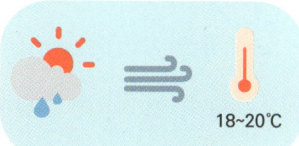

Thành phố Hồ Chí Minh • •

2. Nghe, điền O vào câu đúng và X vào câu sai.
듣고 맞으면 O, 틀리면 X.

❶ Ăn cơm sau khi uống thuốc.

❷ Đừng ai làm phiền lúc tôi đang làm việc.

❸ Anh nên xem dự báo thời tiết, sau đó hãy đi Việt Nam.

❹ Tôi bắt đầu làm việc ở công ty du lịch năm 24 tuổi.

❺ Chúng tôi sẽ đi thăm ông bà ở quê sau khi đi du lịch Mỹ.

thăm 방문하다

Luyện đọc và viết: 읽고 쓰기 연습

Tham khảo bài đọc và sử dụng phụ từ chỉ tần suất để viết về thói quen của bản thân.
아래 글을 읽고 빈도부사를 사용하여 본인의 습관에 대해 쓰세요.

> Minh làm việc ở công ty xây dựng.
>
> Vì công việc rất bận nên Minh hay phải làm thêm giờ.
>
> Anh ấy ít khi về nhà trước 9 giờ tối.
>
> Vì thế, vợ anh ấy thường xuyên than thở về chồng.
>
> Thỉnh thoảng vào cuối tuần, anh ấy đi chơi với gia đình.
>
> Minh thích uống cà phê.
>
> Anh ấy luôn uống 1 cốc cà phê trước khi đi làm.
>
> Đôi khi, anh ấy cũng uống 1 ly sữa vào buổi sáng.
>
> Khi làm việc, Minh rất tập trung.

xây dựng 건설 / 건설하다	**làm thêm giờ** 야근하다	**than thở (về)** ~에 대해 투덜거리다

Tôi luôn ………………………………………………………………

Tôi thường xuyên / thường / hay ……………………………………

………………………………………………………………………

Thỉnh thoảng ………………………………………………………

Đôi khi ………………………………………………………………

Hiếm khi / ít khi ……………………………………………………

Luyện phát âm 발음연습

Nghe và đọc theo.
듣고 따라 읽으세요.

(1) Mưa rào rải rác

(2) Mùa mưa

(3) Hàng ngày

(4) Quen, quên

(5) Giống nhau.

(6) Dễ chịu

(7) Khuyên

(8) Đánh răng rửa mặt

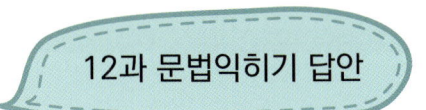

12과 문법익히기 답안

Ngữ pháp 1.
문법 1.

(1) Ban ngày trời nắng, gió nhẹ. Nhiệt độ từ 20 đến 32 độ. Ban đêm, trời mưa rào.

(2) Ban ngày trời mưa nhỏ. Ban đêm có gió mạnh. Nhiệt độ từ 12 đến 18 độ.

(3) Trời có bão và gió mạnh. Nhiệt độ khoảng 8 độ.

(4) Có tuyết rơi, trời lạnh. Nhiệt độ thấp -5 độ.

(5) Trời…………………. Nhiệt độ khoảng ………………..

Ngữ pháp 2.
문법 2.

(1) Tôi thường xuyên nấu ăn.

(2) Tôi thỉnh thoảng đi hát karaoke.

(3) Tôi không thường xuyên tập thể dục./ Tôi ít khi tập thể dục.

(4) Thỉnh thoảng tôi gọi điện cho mẹ ở quê.

(5) Tôi luôn luôn cười.

(6) Tôi không hay viết thư cho người yêu ở nước ngoài. / Tôi thỉnh thoảng viết thư cho người yêu ở nước ngoài.

(7) Tôi hay uống rượu với bạn bè.

Ngữ pháp 3.
문법 3.

(1) Chị Hồng nên ngủ sớm và dậy sớm.

(2) Huy không nên mua quần bò ở đây.

quá sức: 과로, 한계를 넘어선
vừa phải: 적당히

(3) Hoa không nên làm việc quá sức. / Hoa nên làm việc vừa phải.

(4) Gia đình My không nên đi biển hôm nay.

chia tay
헤어지다

(5) Lan nên chia tay

(6) Linh không nên lo lắng.

(7) Miên nên đến công ty đúng giờ.

Ngữ pháp 5.
문법 5.

(1) giống nhau

(2) giống

(3) khác

(4) khác nhau

단어목록
Bảng từ

Bảng từ 단어목록

A

à?	질문으로 전환
ạ	존댓말
anh	손위남자
anh trai	형/오빠
anh ấy	그 오빠/그 형
ảnh	사진
áo	옷, 윗도리
áo dài	베트남 전통의상

Ă

ăn	먹다
ăn sáng	아침식사를 하다
ăn trưa	점심식사를 하다
ăn tối	저녁식사를 하다
ăn đêm	야식을 먹다
ăn thử	먹어보다

Â

âm lịch	음력
ấm	따뜻하다
ẩm	습하다
âm nhạc	음악

B

ba	숫자 3, 아버지(남쪽)
ba mươi	숫자 30
bà	할머니, 나이 든 여성
bác	큰아버지
bác sĩ	의사
bạc	은
bài	과
bài hát	노래
bài tập	숙제
ba lô	등에 매는 가방
bàn	책상
bản đồ	지도
bạn	친구
bạn gái	여자친구
bạn trai	남자친구
bạn thân	친한친구
bánh	과자
bánh mỳ	빵
bao giờ	언제
bao lâu	(시간)얼마나 걸려요?
bao xa	(거리)얼마나 멀어요?
bão	태풍
bát	그릇
bảy	숫자 7
bắc	(방향)북쪽
bằng	같은
bằng nhau	서로 같다
bắt đầu	시작하다
bận	바쁘다
bẩn	지저분하다, 더럽다
bây giờ	지금
bé	아기, 작다
béo	뚱뚱하다, 살찌다
bến xe buýt	버스정류장
bệnh	질병
bệnh viện	병원
bia	맥주
bia hơi	호프
biển	바다, 번호판, 간판
biết	알다
biểu diễn	공연
bình thường	보통, 그럭저럭
bóng đá	축구
bố	아버지
bố mẹ	부모
bộ phận	부서, 부분
bốn	숫자 4
bơi	수영하다
buổi sáng	오전시간
buổi trưa	점심시간
buổi chiều	오후시간
buổi tối	저녁시간

buồn	슬프다	chai rượu	술병
bút	볼펜	chán	지루하다, 싫증, 심심하다
bừa bộn	엉망이다, 어지려져 있다	chanh	레몬
bức	사진단위	chào	인사
bưu điện	우체국	cháu	조카, 손자, 아이
		chạy	뛰다
		chăm chỉ	열심히, 부지런하다
		chất liệu	소재
		chất lượng	품질, 질

C

ca sĩ	가수	chè = trà	차
cà phê	커피	chỉ	단지, 가리키다
cả A và B	A와B모두	chỉ …thôi	단지, ~일 뿐이다
cá	물고기, 생선	chị	손위여자
các	복수	chị gái	누나, 언니
cách	간격	chiếc	사물단위
cách đây	여기서부터의 간격, ~전에	chiều	오후
cái	사물단위(개), 것	chiều nay	오늘 오후
cái này	이것	chiếu phim	영화를 상영하다
cái kia	저것	cho	주다(동사)
cái đó/ấy/đấy	그것	cho	에게(전치사)
cái gì	무엇, 어떤 것	chó	개, 강아지
cam	오렌지	chọn	선택하다, 고르다
cám ơn	감사하다, 고맙다	chỗ	곳
cảm ơn	감사하다, 고맙다	chồng	남편 (북쪽)
canh	국(음식)	chờ	기다리다
cạnh	옆	chợ	시장
cảnh	풍경	chơi	놀다
cảnh sát	경찰	chủ	주인
cao	높다, 키 크다	chủ nhà	집주인
cay	맵다	chủ đề	주제
căng thẳng	긴장하다	chủ nhật	일요일
cắt	자르다	chua	시다
cấm	금지	chúng tôi	우리 (듣는 사람 포함되지 않다)
cần	필요하다	chúng ta	우리 (듣는 사람 포함되다)
cẩn thận	조심하다	chưa	~하지 않았다 (과거 부정)
câu	문장	chưa bao giờ	~한 적이 없다
câu hỏi	질문	chương trình	프로그램
cầu thủ	선수	có	있다, 네 (긍정 대답)
cậu	외삼촌	có lẽ	아마도
cây	나무	có thể	~할 수 있다, ~할 가능성이 있다
chai	병	com lê	양복
chai bia	맥주병	con	자녀, 생물체의 단위명사

Bảng từ 단어목록

con gái	여자, 딸
con trai	남자, 아들
còn	그리고, 그런데
cô	아가씨, 여자선생님, 고모
cô ấy	그녀
cô đơn	외롭다
cô gái	아가씨
cô giáo	여자교사
cố gắng	노력하다
cốc	컵
công an	공안, 경찰
công nhân	노동자
công tác	출장
công ty	회사
công việc	일, 업무
công viên	공원
cơm	밥
cơm rang	볶음밥
cũ	오래된, 낡은
cua	게
của	의
cuộc đời	인생, 생명
cuộc sống	삶, 생활
cuối	말 (末)
cuối tuần	주말
cuốn	책 단위 (권)
cùng (với)	같이, 함께
cửa hàng	가게
cửa	문
cửa sổ	창문
cười	웃다
cưới	결혼하다

D

da	피부
dạ	예, 네
dài	길다
dao	칼
dạo này	요즘
dày	두껍다
dạy	가르치다
dân số	인구
dậy	일어나다
dép	슬리퍼
dễ	쉽다
dễ thương	귀엽다
dịch vụ	서비스
diễn viên	배우
diễn viên hài	개그맨
dọn dẹp	청소하다
du lịch	여행하다
dùng	쓰다, 사용하다, 드시다
dự báo	예보
dưa hấu	수박
dứa	파인애플
dưới	아래, 밑

Đ

đá	차다
đá bóng	축구를 하다
đã … chưa?	~ 했냐?
đại học	대학
đang	~하고 있다 (현재진행중)
đánh	때리다
đánh cầu lông	배드민턴을 치다
đánh răng	양치질 하다
đau	아프다
đặc biệt	특별, 특히
đắng	쓰다
đắt	비싸다 (북쪽)
đặt	예약하다
đặt phòng	방을 예약하다
đặt vé	표를 예약하다
đất	땅
đâu?	어디?
đầu	머리
đầu tiên	맨 처음, 첫째
đây	이 것, 이 사람, 여기
đấy / đó	그 것, 그 사람, 거기
đen	검은, 까맣다

đèn	등, 전등	động vật	동물
đeo	차다, 신다	đủ	충분하다
đẹp	예쁘다	đùa	농담
đẹp trai	잘생겼다	đũa	젓가락
để	~하기 위해, 두다	đúng	맞다, 옳다
đề nghị	요청하다	đưa	건네다, 주다
đêm	밤	được	되다
đến	오다, ~까지	được không?	되냐?
đi	가다	đường	길, 설탕
đi bộ	걸어가다		
đi dạo	산책하다		
đi du lịch	여행가다	**E**	
đi đâu?	어디 가냐?		
đi đi	가라	em	손아래 남·녀, 동생
đi học	학교 가다	em gái	여동생
đi làm	하러 가다, 출근하다	em trai	남동생
đi ngủ	잠을 자다	eo	허리
đi qua	지나가다		
đi xe máy	오토바이를 타다		
đĩa	접시	**G**	
đĩa (nhạc / phim)	cd (음악, 영화)		
địa chỉ	주소	ga	역, 가스
điện	전기	gà	닭
điện thoại	전화기	gạo	쌀
đó	그	gặp	만나다
đỏ	빨간	ghét	싫어하다
đọc	읽다	ghế	의자
đói	배고프다	ghi	적다, 메모하다
đồ ăn	음식, 먹거리	gia đình	가족
đồ đạc	물건, 짐, 가구	già	늙다
đồ uống	음료	giá (cả)	가격
độc thân	독신	giá sách	책장
đôi	더블, 켤레	giá trị	가치
đôi khi	때로, 가끔	giám đốc	사장
đối diện	반대편, 맞은편	giảm	축소하다, 절감하다, 내리다
đổi	바꾸다	giảm giá	가격인하, 할인
đội	(모자를) 쓰다, 팀	giảng viên	강사
đông	쪽, 겨울, 봄비다	giao thông	교통
đồng hồ	시계	giáo sư	교수
đồng ý	동의하다	giáo viên	교사, 선생님
đồng nghiệp	동료	giàu	부유하다
động từ	동사	giày	구두, 신발

Bảng từ 단어목록

giày thể thao	운동화	hiện nay	오늘날, 요즈음
giấy	종이	hiện tại	현재
giấy A4	A4용지	hiểu	이해하다
giấy vệ sinh	화장지	hiệu sách	서점
gió	바람	hình thức	형식, 외모
giỏi	잘하다	ho	기침하다
giống	같다	họ	그들, 성 (性)
giống nhau	서로 같다	hoa	꽃
giống như	처럼	hoa quả	과일
giờ	시	hóa đơn	영수증
giờ nghỉ	쉬는 시간	họa sĩ	화가
giới thiệu	소개하다	hoàn thành	완성하다
giúp	돕다	hoạt động	활동하다
giữ	지키다	hoạt hình	애니메이션
giữa	가운데, 중간	hoặc	또는, 혹은
giường	침대	học	공부하다, 배우다
gọi	부르다	học bài	공부하다, 복습하다
gọi điện (thoại)	전화를 걸다	học kỳ	학기
gỗ	목재, 나무	học phí	학비
		học sinh	학생
		hỏi	질문하다, 묻다
		hỏng	고장 나다

H

		hồ	호수
		hổ	호랑이
hai	숫자 2	hộ chiếu	여권
hai mươi	숫자 20	hội thoại	회화
hải sản	해산물	hôm	날
hàng	매, 마다, 물건	hôm nay	오늘
hàng không	항공	hôm kia	그저께
hàng ngày	매일	hôm qua	어제
hành	파	hôn nhân	혼인
hành động	행동, 액션	hồng	분홍
hành khách	승객, 여객	hộp	박스
hạnh phúc	행복하다	hơi	약간, 조금
hát	노래하다	hơn	보다 더
hay	재미있다	hợp tác	협력하다
hay	또는, ~하거나 ~하다	hút	(담배를) 피우다, 흡입하다
hay	자주, 빈번히	hướng dẫn viên	안내원
hãy	~해라 (명령문)	hiếm khi	좀처럼, 드물게
hẹp	(공간이) 좁다		
hệ thống	체계, 시스템		
hết	끝, 떨어진, 매진		
hiền	착하다		

I

im lặng	조용하다, 고요하다
ít	적다
ít khi	좀처럼, 드물게

K

kem	아이스크림
kèm	~와 함께, 곁들여 먹다
kém	보다 적은, ~분전, 못하는
kế hoạch	계획
kế toán	회계
kết quả	결과
kết thúc	끝나다, 끝내다
khá	상당히, 꽤
khác	다르다
khác nhau	서로 다르다
khách	손님
khách hàng	고객
khám phá	탐방하다
khán giả	관객
kháng sinh	항생제
khát	갈증 나다
khẳng định	긍정, 단언하다
khen	칭찬하다
khí hậu	기후
khó	어렵다
khoai	고구마
khoảng	쯤, 대략
khỏe	건강하다, 힘세다
khỏe mạnh	건강하다
khô	건조하다
không	아니다, 부정의미
không bao giờ	절대~하지 않다
không có gì	천만에요
không sao	괜찮다
không thể	~할 수 없다(조동사)
khởi hành	떠남, 출발
khu vực	구역, 지대
khuya	늦은 밤
khuyên	충고하다
kia	저기
kiểm tra	검사하다, 테스트
kiểu	유형
kinh doanh	경영하다
kinh nghiệm	경험
kinh tế	경제
kính	유리
kỳ nghỉ	휴가, 방학
kỹ sư	기술자, 기사
ký túc xá	기숙사

L

là	이다
lá	잎
lạc đường	길을 잃다
lái xe	운전하다
lại	다시
làm	~하다
làm quen	~와 사귀다
làm việc	일하다
làng	마을
lãng mạn	낭만적이다
lạnh	춥다
lao động	노동하다
lắm	매우, 아주
lần	번, 회
lập gia đình	결혼하다
lấy	가지다
lấy chồng	시집 가다
lấy vợ	장가 가다
lên	오르다
lịch sử	역사
liên lạc	연락하다
liên hoan	회식하다, 파티를 하다
liên quan	연관되다, 관계되다
lo (lắng)	걱정하다
lọ hoa	꽃병
loại	종류
lon	캔

Bảng từ 단어목록

lớn	크다	một	숫자 1
lớp (học)	수업	một mình	혼자
luật	법	một trăm	백
luật sư	변호사	mới	새로운
lúc	때	mới	방금 (부사)
luôn (luôn)	항상	mũ	모자
lưng	등	mua	사다
lười	게으르다	mua sắm	쇼핑하다
lương	월급, 급여	mùa	계절
ly dị, ly hôn	이혼하다	mùa xuân	봄
lý do	이유	mùa hè / hạ	여름
		mùa thu	가을
		mùa đông	겨울
		mùa mưa	우기
		mùa khô	건기

M

		muốn	원하다, ~하고 싶다
ma	귀신	muộn	늦다
má	어머니 (남쪽)	mưa	비, 비가 오다
mang	가지고 가다, 가지고 오다	mưa phùn	가랑비
mát (mẻ)	시원하다	mưa rào	소나기
màu	색깔	mừng	기쁘다, 좋다
máy bay	비행기	mười	숫자 10
máy lạnh	에어컨	mượn	빌리다
máy giặt	세탁기	Mỹ	미국
máy (vi) tính	컴퓨터		
mặc	입다		
mặc cả	흥정하다, 가격을 깎다		
mặc thử	입어 보다		

N

mặn	짜다		
mặt	얼굴	nam	남성
mắt	눈	nam	남쪽
mẫu giáo	유치원	nào	어떤, 어느
mây	구름	này	이 (지시형용사)
mấy?	몇?	năm	숫자 5
mấy giờ?	몇 시?	năm	년, 해
mẹ	어머니 (북쪽)	năm nay	올해
mèo	고양이	năm ngoái	작년
mệt	피곤하다	năm trước	작년
mình	나, 자기, 자신	năm sau	내년
mong	바라다, 기대하다	nằm	눕다
món ăn	음식	nắng	햇빛, 햇살
mỏng	얇은	nặng	무거운
môi trường	환경	nâu	갈색

Vietnamese	Korean	Vietnamese	Korean
nấu (ăn)	요리하다	nhà	집
nấu cơm	밥을 하다	nhà báo	신문기사
nem	튀김 롤 (베트남음식)	nhà hát	극장, 오페라하우스
nên	그러므로, 그래서 (부사)	nhà hàng	식당
nên	~하는 것이 좋다(조동사)	nhà máy	공장
nếu	만약에 (접미사)	nhà thờ	성당, 교회
ngã ba	삼거리	nhà văn	문학작가
ngã tư	사거리	nhà vệ sinh	화장실
ngã năm	오거리	nhạc	음악
ngạc nhiên	놀라다	nhạc sĩ	작곡가
ngay	바로	nhắn	메시지를 남기다, 소식을 전하다
ngày	날, 일	nhầm	잘못, 오타
ngày kia	모레	nhân viên	직원, 사원
ngày mai	내일	nhẫn	반지
ngày nay	오늘날	nhất	가장, 제일
ngày cưới	결혼식날	nhất là	특히
ngày kỉ niệm	기념일	nhật ký	일기
ngắm	구경하다	nhiều	많다
ngắm cảnh	풍경을 구경하다	nhiệt độ	온도, 기온
ngắn	짧다	nhìn	보다 (look)
ngân hàng	은행	nho	포도
nghe	듣다	nhỏ	작다
nghề	직업	nhờ	부탁하다
nghĩ	생각하다	nhớ	기억하다, 보고 싶다
nghỉ (ngơi)	쉬다	như thế	그렇게
nghĩa	뜻, 의미	nhưng	하지만, 그러나
nghìn, ngàn	천 1000	những	들 (복수)
ngoài	밖, 바깥	nói	말하다
ngoại ngữ	외국어	nói chuyện	이야기하다
ngon	맛있다	nói dối	거짓말을 하다
ngọt	달다	nói đùa	농담을 하다
ngô	옥수수	nói thật	솔직히 말하다
ngồi	앉다	nón	모자(남쪽), 베트남전통모자
ngu	어리석은, 바보 같은	nóng	덥다
ngủ	잠을 자다	nổi tiếng	유명하다
nguy hiểm	위험하다	nội trợ	주부
nguyên nhân	원인	nông dân	농민
người	사람	nông thôn	농촌, 시골
người bán	판매원	nơi	곳
người dân	시민	núi	산
người yêu	애인	nữ	녀, 여성
nha, nhé	가벼운 권유(문장 끝 조사)	nữa	더, 더 이상, 더 많은

Bảng từ 단어목록

nước	물, 나라
nước cam	오렌지물
nước lọc	정수
nước mắm	생선간장
nước ngọt	음료수, 탄산음료
nước suối	생수
nướng	굽다, 구이

Ô

ô	우산
ôm	안다
ốm	아프다, 병이 들다
ốm	마른 (남쪽)
ồn ào	시끄럽다
ổn	(상황이) 괜찮은
ôn tập	복습하다
ông	할아버지, 나이 든 남성
ông bà	할아버지 할머니
ông nội	친할아버지
ông ngoại	외할아버지
ô tô	자동차

Ơ

ở	에서 (부사)
ở	~에 있다, 머무르다 (동사)
ở đâu?	어디서? 어디에 있냐?
ở đây	여기서
ở đó	거기서
ở nhà	집에서, 집에 있다

P

phải	맞다, 오른쪽
phải không?	맞아요?
phát âm	발음
phát biểu	발표하다
phát triển	발전하다
phạt	벌을 주다
phân biệt	구별하다
phía	쪽 (방향)
phía sau	뒤쪽, 뒤편
phía trước	앞쪽
phim	영화
phong bì	봉투
phòng	방
phòng học	교실
phòng họp	회의실
phòng khách	객실
phòng ngủ	침실
phòng tắm	욕실
phóng viên	기자
phỏng vấn	인터뷰하다
phố	거리
phổ biến	보편적이다
phở	쌀국수
phù hợp	부합한, 알맞은, 적당한
phụ nữ	여성
phút	분
phức tạp	복잡하다
phương pháp	방법
phương tiện	수단

Q

qua	지나다
quà	선물
quả	과일 단위
quá	너무, 매우
quá khứ	과거
quá đáng	너무하다
quan tâm	관심
quan trọng	중요한
quán	매점, 음식점
quán ăn	음식점
quán cà phê	커피숍
quảng cáo	광고
quạt	부채, 선풍기
quay lại	되돌아가다, 유턴하다

quần	바지		
quần áo	옷, 복장		
quần bò	청바지		
quận	군, 구 (행정 단위)		
quen	(사람을) 알다		
quét nhà	집을 쓸다		
quê (hương)	고향		
quên	잊다		
quốc gia	국가		
quốc tế	국제		
quốc tịch	국적		
quyển	권 (책 단위)		
quyết định	결정하다		

R

ra	나가다
rán	튀기다
rảnh	한가하다
rạp (chiếu phim)	영화관
rau	채소, 야채
răng	이
rất	매우, 아주
rẻ	싸다
rẽ phải	오른쪽으로 돌다
rẽ trái	왼쪽으로 돌다
rét	춥다
riêng	따로
rồi	완료
rỗi	~하고 나서 (접속사)
rộng	넓다
rút tiền	돈을 찾다
rửa	씻다
rửa bát	설거지 하다
rửa mặt	세수하다
rưỡi	반 (30분)
rượu	술

S

sách	책
sạch (sẽ)	깨끗하다
sai	틀리다, 옳지 않다
sang trọng	호화로운
sáng	아침, 밝은
sáng nay	오늘 아침
sao	별
sao?	왜?
sau	다음, 후, 뒤
sau đó	그 후, 그 다음
sau này	이 다음, 이후
sau khi	~한 후에
sáu	숫자 6
sắp xếp	정돈하다, 배치하다
sân	마당
san bay	공항
sân vận động	운동장
sẽ	미래 (시제 부사)
siêu thị	마트
sinh	출산하다, 태어나다
sinh hoạt	생활
sinh hoạt phí	생활비
sinh nhật	생일
sinh tố	주스
sinh viên	대학생
so sánh	비교하다
sọt rác	쓰레기통
số	숫자, 번호
số điện thoại	전화번호
số nhà	집번호
số phòng	방번호
sống	살다
sốt	열이 나다
sở thích	취미
sợ	무섭다
sớm	일찍
suốt ngày	하루종일
sư tử	사자
sử dụng	사용하다
sửa chữa	수리하다, 수선하다

Bảng từ 단어목록

sữa	우유	thành viên	멤버, 구성원
sữa chua	요쿠르트	thay	대신하다, 갈다, 교체
sức khỏe	건강	thay đổi	변하다
sương mù	안개	thay quần áo	옷을 갈아입다
		thăm	방문하다, 구경하다
		thẳng	직선

T

tai nạn	사고	thấp	낮다, 키 작다
tại sao?	왜?	thật	정말, 진짜
tại vì	왜냐하면	thật à?	정말요?, 진짜요?
tám	숫자 8	thầy	남자선생
tạnh mưa	비가 그치다	thấy	보이다, 생각하다
táo	사과	thẻ	카드
tạo nên	조성하다	theo	따르다
tàu (hỏa)	기차	thể thao	스포츠
tàu (thủy)	배	thế	그렇다
tắc	막히다	thế à?	그래요?
tắc đường	길이 막히다	thế giới	세계
tắm	목욕하다	thế nào?	어때요?, 어떻게?
tắm biển	해수욕을 하다	thế thì	그렇다면
tắm nắng	일광욕을 하다	thêm	추가
tặng	기증하다, 선물하다	thi	시험을 보다
tâm trạng	기분	thì	~하면
tần suất	빈도	thích	좋아하다
tầng	층	thích hợp	적합하다
tập thể dục	운동하다	thỉnh thoảng	가끔
tất	양말 (북쪽)	thịt	고기
tất cả	모두	thịt bò	소고기
tất nhiên	당연하다	thịt lợn	돼지고기 (북쪽)
tây	서쪽	thịt heo	돼지고기 (남쪽)
tem	우표	thịt gà	닭고기
tên	이름	thoải mái	편하다
Tết	설	thói quen	습관
tham gia	참가하다	thông cảm	이해하다, 공감하다
tháng	월, 달	thông minh	똑똑하다
tháng này	이번 달	thông tin	정보
tháng trước	지난 달	thời gian	시간
tháng sau	다음 달	thời tiết	날씨
thanh niên	청년	thời trang	패션
thành lập	설립하다	thơm	파인애플(남쪽), 향기가 좋다
thành phố	시, 도시	thủ đô	수도
		thú vị	재미있다
		thuê	임대하다, 빌리다

thuốc	약	tuần	주
thuốc lá	담배	tuần này	이번 주
thuyền	배	tuần sau	다음 주
thư	편지	tuần trước	지난 주
thư ký	비서	tuổi	나이
thư viện	도서관	tuyết	눈
thử	~해 보다	từ	~부터, ~에서
thứ	요일, 가지	từ từ	천천히
thực đơn	메뉴	từ… đến…	~부터 ~ 까지
thực phẩm	식품	từ điển	사전
thương gia	사업가	tự động	자동
thường	보통, 자주, 일반적으로	tức giận	화가 나다
thường xuyên	자주, 빈번히	tương lai	미래
tiền	돈	tường	벽
tiện	편리하다	trà	차
tiếng	말, 어	trả lời	대답하다
tiếng	시간 (시간 단위)	trả tiền	돈을 내다
tìm	찾다	trạm xăng	주유소
tím	보라색	trang phục	의상
tin	믿다	tráng miệng	디저트
tin nhắn	문자, 메시지	trăm	백
tinh thần	정신	trắng	하얗다
tình trạng	상태	trâu	물소
tình yêu	사랑	tre	대나무
tính	성격	trẻ	젊다
tính cách	성격	trẻ con, trẻ em	아이, 어린이
tính tiền	계산하다	trên	위
tính từ	형용사	tròn	원형, 둥근
to	크다	trong	안, 동안
tò mò	궁금하다	trong đó	그 중에
tóc	머리카락	trông	보다, 바라보다, 돌보다
tôi	나	trở nên	~아/어 지다
tối	저녁, 어두운	trở về	돌아오다, 돌아가다
tôm	새우	trời	하늘
tốt	좋다	trung bình	평균
tốt nghiệp	졸업하다	trung tâm	센터
tờ	장, 매 (종이 단위)	truyền thống	전통
tớ	나 (친구 사이에 쓰는 1인칭)	trưa	점심
tới	도착하다, ~까지	trưa nay	오늘 점심
tủ áo	옷장	trước	앞, 전에, 지난
tủ lạnh	냉장	trước đây	예전에
túi xách	가방	trước khi	~하기 전에
		trường (học)	학교

Bảng từ 단어목록

U

uống	마시다
út	막내

V

và	그리고
vali	여행가방, 캐리어
vàng	노랑
vào	들어가다, 들어오다
vào	에 (시간 부사)
váy	치마, 원피스
văn hóa	문화
vận động viên	운동선수
vâng	네, 예
vật liệu	소재, 재료, 원료
vẽ	그리다
vé	표
về	돌아오다, 돌아가다
về	~에 대해서
vì	왜냐하면
vì sao?	왜?
vì thế	그래서
ví	지갑
ví dụ	예를 들다
vị trí	위치
vỉa hè	인도
việc	일, 업무
viết	쓰다
vòng cổ	목걸이
vòng tay	팔지
vớ	양말 (남쪽)
vở	공책, 노트
vợ	부인
với	~와 같이 (부사)
vui (vẻ)	기쁘다, 즐겁다
vừa	딱 맞다

X

xa	멀다
xám	회색
xanh	파란색
xanh da trời	하늘색
xanh lá cây	녹색
xào	볶다
xăng	휘발유
xấu	못생겼다, 나쁘다
xe buýt	버스
xe đạp	자전거
xe máy	오토바이
xe ôtô, xe hơi	자동차
xe tải	트럭
xem	보다 (watch)
xích lô	시클로
xin lỗi	미안하다, 죄송하다
xoài	망고
xong	마치다, 끝나다
xuất hiện	나타나다
xuất khẩu	수출하다
xung quanh	주변

Y

y học	의학
y tá	간호사
ý kiến	의견
yên tĩnh	조용하다
yêu	사랑하다
yếu	약하다

듣기답안
Đáp án bài nghe

Đáp án bài nghe 듣기답안

1과

🔊 **Track 04**

Sinh viên: Chào em. Em tên là gì?
Nga: Tôi tên là Nga.
Sinh viên: Em có phải là sinh viên mới không?
Nga: Không, tôi không phải là sinh viên mới.
　　　Tôi là giảng viên.
Sinh viên: Ôi trời. Xin lỗi cô ạ.

🔊 **Track 05**

(1) Mac là cảnh sát, Mac là người Mỹ.
(2) Yoon là nhân viên công ty, Yoon là người Hàn Quốc.
(3) Jane là nội trợ, Jane là người Anh.
(4) John là thương nhân, John là người Pháp.
(5) Yến là học sinh, Yến là người Việt Nam

2과

🔊 **Track 10**

(1) A: Công việc của Nick thế nào?
　　B: Công việc của Nick bận lắm.
(2) A: Vịnh Hạ Long của Việt Nam có đẹp không?
　　B: Vịnh Hạ Long của Việt Nam rất đẹp
(3) A: Dạo này ông Thảo có khỏe không?
　　B: Dạo này ông Thảo không khỏe lắm
(4) A: Việc học của Mai Hoa thế nào?
　　B: không thú vị

🔊 **Track 11**

(1) A: Đây là gì?
　　B: Đây là điện thoại.
　　A: Điện thoại của ai?
　　B: Điện thoại của bác sĩ Nam
(2) A: Đây là gì?
　　B: Đây là máy tính
　　A: Máy tính của ai?
　　B: Máy tính của Nick

(3) A: Đây là gì?
　　B: Đây là ba lô
　　A: Ba lô của ai?
　　B: Ba lô của Mai Hoa
(4) A: Đây là gì?
　　B: Đây là đồng hồ
　　A: Đồng hồ của ai?
　　B: Đồng hồ của nhà tôi

3과

🔊 **Track 16**

- Yoon uống nước
- Yangyang đọc sách
- Thu dạy tiếng Việt
- Mac xem phim
- Yumi mua sắm
- Yuko đi về nhà
- Jungha tập thể dục
- Nick làm việc
- Trang đến trường.
- Minji và Kanguk hẹn hò

🔊 **Track 17**

Mai Hoa: Em chào thầy ạ.
Giáo sư: Ừ. Yoon, Minjung, Nam, Taro
　　　　và Hoa đâu? Các em ấy không đến à?
Mai Hoa: Dạ, hôm nay các bạn ấy bận ạ.
Giáo sư: Thế à? Yoon bận gì?
Mai Hoa: Hôm nay Yoon đi siêu thị mua đồ ăn ạ.
Giáo sư: Thế, Minjung đi đâu?
Mai Hoa: Bạn ấy đi gặp bạn ở quán cà phê ạ.
Giáo sư: Ôi trời. Còn Nam?
Mai Hoa: Anh Nam đi tập thể dục ạ.
Giáo sư: Còn Taro và Hoa?
Mai Hoa: Taro và Hoa đi xem phim ở CGV ạ.

🔊 **Track 21**

1. 010.5543.2126
2. 65
3. 237
4. 899
5. 103
6. 1257
7. 32547
8. 325.012

🔊 **Track 22**

1. Đó là ai?
   Đó là Yoonho, bạn của tôi.
2. Anh Huy năm nay bao nhiêu tuổi?
   Anh Huy 45 tuổi.
3. Nhà cô có mấy phòng?
   Nhà tôi có 2 phòng.
4. Cái kia là cái gì?
   Cái kia là túi xách của tôi.
5. Các anh gặp ai?
   Chúng tôi gặp bạn.
6. Các anh chị uống gì ạ?
   Cho chúng tôi 2 chai bia và 1 cốc cà phê

🔊 **Track 27**

(1) Hàn Quốc có xe máy không?
    Có. Hàn Quốc có xe máy.
(2) Anh ơi, ở đây có bia không?
    Dạ, không. Ở đây chỉ có trà và cà phê thôi.
(3) Em ơi, cửa hàng có áo dài không?
    Dạ, cửa hàng có rất nhiều áo dài.
(4) Em có muốn ăn gì không?
    Em muốn ăn phở và cơm rang.
(5) Kỳ nghỉ này, chị có kế hoạch gì không?
    Không. Chị đang chuẩn bị thi.

🔊 **Track 28**

(1) Sinh nhật của anh là ngày bao nhiêu?
    Sinh nhật của tôi là ngày 14 tháng 12.
(2) Bao giờ anh Nam đi du lịch Mỹ?
    Tháng 1 năm sau.
(3) Bố mẹ kết hôn khi nào ạ?
    Bố mẹ kết hôn năm 1987.
(4) Khi nào chúng ta gặp lại?
    Chủ nhật tuần sau nhé!
(5) Ngày mai là thứ mấy?
    Ngày mai là thứ 6

🔊 **Track 32**

1. Yuko dọn dẹp từ 3 giờ đến 4 giờ 25 phút chiều và nấu ăn lúc 6 giờ.
2. Mai Hoa ăn trưa lúc 12 giờ và bắt đầu học từ 1 giờ rưỡi chiều.
3. Min kuk ngủ từ 12 giờ đêm đến 7 giờ sáng.
4. Nick ra khỏi nhà lúc 7 giờ 45 phút và làm việc từ 9 giờ sáng đến 6 giờ tối.

🔊 **Track 33**

1. Bởi vì cô ấy không có thời gian.
2. Vì anh Minh nói nhiều quá.
3. Vì dạo này kinh tế khó khăn.
4. Bởi vì tôi muốn đi du học Mỹ

🔊 **Track 37**

(1) - Minh đi chụp ảnh với ai?
    - Minh đi chụp ảnh với các bạn.
(2) - Giám đốc muốn họp với ai?
    - Giám đốc muốn họp với phòng kinh doanh.

Đáp án bài nghe 듣기답안

(3) - Ngày tết, Mai Dung muốn làm gì?
- Ngày tết, Mai Dung muốn đi du lịch cùng gia đình.
(4) - Con muốn sống với bố hay với mẹ?
- Con muốn sống với cả bố và mẹ.

🔊 Track 38

- Yuko là người Nhật.
- Chị ấy hiền và thường giúp đỡ mọi người.
- Ban đầu, Yuko đến Hàn Quốc để học tiếng Hàn.
- Sau đó, chị ấy gặp và kết hôn với 1 người Hàn Quốc.
- Chị ấy nói được tiếng Nhật, tiếng Hàn và một chút tiếng Anh.
- Chồng chị ấy rất thích bơi và có thể bơi khoảng 500m.
- Chị Yuko có 1 con gái. Con gái chị ấy chơi được piano nhưng không giỏi lắm.

8과

🔊 Track 41

2 tuổi, Hà biết đi và biết nói.
6 tuổi, Hà biết đọc và viết tiếng Việt.
8 tuổi, Hà biết nói một chút tiếng Anh.
10 tuổi, Hà biết giúp đỡ mẹ
13 tuổi, Hà biết nấu cơm và dọn dẹp.
18 tuổi, Hà biết thích bạn trai.

###

🔊 Track 47

A: Chào anh chị. Anh chị dùng gì ạ?
B: Nhà hàng này có món gì đặc biệt?
A: Dạ, mời anh chị dùng lẩu hải sản ạ.
B: Cho 2 suất lẩu hải sản.
   Đừng làm cay nhé!
A: Vâng. Anh chị uống gì ạ?
B: Cho 2 chai nước suối.

A: Xin chờ một chút.
B: Em ơi. Lẩu mặn quá. Cho thêm nước đi.
A: Ôi. Em xin lỗi. Nước đây ạ.
B: Em ơi. Tính tiền. Bao nhiêu?
A: Tất cả là 400.000. Lẩu 380.000, nước 20.000.
B: Cho chị hóa đơn!

🔊 Track 48

(1) A: Anh đi về nhà bằng gì?
    B: Tôi đi về nhà bằng xe máy.
(2) A: Mai Lan và Jack nói chuyện bằng tiếng Việt hay tiếng Anh?
    B: Họ nói chuyện bằng tiếng Anh.
(3) A: Anh ăn cơm bằng gì?
    B: Tôi ăn bằng đũa.
(4) A: Bàn làm bằng gì?
    B: Bàn làm bằng gỗ.
(5) A: Ở đây có bát thủy tinh không?
    B: Không. Ở đây chỉ có bát nhựa thôi.

10과

🔊 Track 56

(1) Phương mặc áo dài màu trắng, đội nón, đi giày cao gót.
(2) Huy mặc comple màu bạc, đội mũ, đi giày màu đen, đeo đồng hồ.
(3) Lan mặc váy màu hồng, quàng khăn, đội mũ màu xanh da trời.
(4) Mạnh mặc quần bò màu xanh và áo sơ mi màu vàng, đi giày thể thao.

🔊 Track 57

Phòng tôi có 5 nhân viên, 2 nam 3 nữ. Hai nhân viên nam là Quân và Huy. Quân và Huy bằng tuổi. Quân vui tính hơn Huy nên các nhân viên nữ thích Quân hơn. Huy 1m76, còn Quân cao 1m70. Trong các nhân viên, Quân là người chăm chỉ nhất.

Ba nhân viên nữ là Hà, Loan và Kim.
Trong 3 người, Kim nhiều tuổi và khó tính nhất. Hà ít tuổi nhất và cũng sành điệu nhất. Loan không sành điệu bằng Hà nhưng rất thích mua sắm.

🔊 Track 62   11과

(1) Trong tủ lạnh có 3 chai bia và 2 quả cam.
(2) Trên tủ lạnh có điện thoại, cạnh điện thoại là 2 cái cốc.
(3) Trên sàn nhà có 1 quyển sách và sọt rác.
(4) Dưới bàn có ví.
(5) Cạnh TV là ảnh gia đình.
(6) Bên phải cửa sổ là đồng hồ.

🔊 Track 63

Tài xế: Cô đi đâu?
YoonA: Anh cho em đến khách sạn New world.
Tài xế: Khách sạn New world ở đâu nhỉ?
YoonA: Anh đi thẳng đường này, đến ngã tư thứ nhất thì rẽ phải.
Đi tiếp khoảng 500m thì rẽ trái.
Tài xế: Khách sạn đấy ở đường nào?
YoonA: Khách sạn ở đường Hoàng Diệu.
Tài xế: Khách sạn New world ở kia, phải không?
YoonA: Đúng rồi. Anh dừng lại ở đây. Bao nhiêu tiền?
Tài xế: 50.000

🔊 Track 68   12과

Dự báo thời tiết thứ năm, ngày 20 tháng 2.
Khu vực Hà Nội, trời nắng đẹp, ít mây, gió nhẹ. Nhiệt độ từ 20 đến 25 độ.
Khu vực Đà Nẵng, trời nóng, không có mây, nhiệt độ ban ngày cao nhất là 34 độ.
Ban đêm nhiệt độ giảm, trời mát.
Khu vực Nha Trang. Trời nhiều mây, thỉnh thoảng có mưa nhỏ, gió mạnh. Nhiệt độ từ 18 đến 20 độ.
Khu vực thành phố Hồ Chí Minh.
Ban ngày, trời nắng nóng nhưng có mưa rào rải rác. Nhiệt độ từ 30 đến 37 độ.

🔊 Track 69

Uống thuốc sau khi ăn cơm 30 phút.
Khi tôi làm việc, đừng ai làm phiền.
Trước khi đi Việt Nam, anh nên xem dự báo thời tiết.
Năm 2013, tôi bắt đầu làm việc ở công ty du lịch. Khi đó, tôi 24 tuổi.
Kỳ nghỉ này, gia đình tôi sẽ đi du lịch Mỹ. Trước đó, chúng tôi định đi thăm ông bà ở quê.